சித்த மருத்துவம்

பாட்டி வைத்தியம்

கோகுல் பிரான் சேகரன்

அனைவருக்கும் வணக்கம்!

எனக்கு கிடைத்த இந்த அற்புத படைப்பை
என்னுடைய பெற்றோருக்கும், எனது மகன்களான
குருசரண் & ஜீவித்துக்கும் மற்றும் எனது
மனைவியார் திருமதி நாகலட்சுமி அவர்களுக்கும்
சமர்ப்பிக்கிறேன்.

பொருளடக்கம்

முன்னுரை

சித்த மருத்துவம் என்பது தென்னிந்திய தமிழ் மருத்துவ முறையாகும். பண்டைச் சித்தர்கள், இதனை உருவாக்கித் தந்துள்ளார்கள். சித்தர்கள் தங்கள் அருள் ஞான அறிவால் அதனை நன்குணர்ந்து மிகவும் துல்லியமாகக் கூறியுள்ளனர். சித்த மருத்துவம் எப்போது தோன்றியது என்று வரையறுத்துக் கூறவியலாது.

முன்னோர்கள் காலத்தில் பெரும்பாலும் வீட்டு பெரியவர்களே மருத்துவர்களாக இருந்தார்கள். அபாயகரமான நோய்களை தாண்டி உடலில் பெருமளவு நோய்களை மூலிகைகளே சரி செய்து விட்டது. அப்படி சளி, இருமல் காலங்களில் பயன்படுத்த வேண்டிய மூலிகைகள் குறித்து தான் இப்போது தெரிந்து கொள்ள போகிறோம்.

நன்றி

எனக்கு கிடைத்த இந்த அற்புத படைப்பை என்னுடைய தகப்பனாரான S.சேகரன்வைத்தியர் மற்றும் ஆசிரியர் அவருக்கு காணிக்கையாக்குகிறேன்.

1

கீரை வகைகள்,பழ வகைகள் மருத்துவ குணங்கள்

கீரை வகைகள்(keerai vagaigal) அதன் பயன்களும்

அகத்திக்கீரை பயன்கள்

இரத்தத்தை சுத்தமாக்கி பித்தத்தை தெளியவைக்கும்.

காசினிக்கீரை பயன்கள்

சிறுநீரகத்தை நன்கு செயல் பட வைக்கும். உடல் வெப்பத்தை தணிக்கும்.

சிறு பசலைக் கீரை பயன்கள்

சரும நோய்களை தீர்க்கும். பால்வினை நோயை குணமாக்கும்.

பசலைக்கீரை பயன்கள்

தசை களை பலமடைய செய்யும்.

கொடிப்பசலைக் கீரை பயன்கள்

பெண்களுக்கு வெள்ளைப்படுவதை குணப்படுத்தும். மேலும் நீர் கடுப்பை குணப்படுத்தும்.

மஞ்சள் கரிசலை கீரை பயன்கள்

கல்லீரலை வலுவாக்கும். காமாலையை குணப்படுத்தும்.

குப்பைமேனி கீரை பயன்கள்

பசியை தூண்டும்.

அரைக்கீரை பயன்கள்

ஆண்மையை பெருக்கும்.

புளியங்கீரை பயன்கள்

இரத்த சோகையை குணப்படுத்தும், கண் நோயை சரியாக்கும்.

பிண்ணாக்கு கீரை பயன்கள்

வெட்டை மற்றும் நீர்க்கடுப்பை குணப்படுத்தும்.

பட்டை கீரை பயன்கள்

பித்தம், கபம் போன்ற நோய்களை குணப்படுத்துதம்.

பொன்னாங்கண்ணி கீரை

உடல் அழகையும், கண் ஒளியையும் அதிகரிக்கும்.

வெள்ளை கரிசலைக் கீரை

இரத்த சோகையை குணப்படுத்தும்.

சுக்கா கீரை பயன்கள்

இரத்த அழுத்தத்தை சீர்செர்ய்யும், சிரங்கு, மூலத்தை குணப்படுத்தும்.

முருங்கை கீரை பயன்கள்

நீரிழிவை குணப்படுத்தும். மேலும் உடல் மற்றும் கண்களுக்கு அதிக பலத்தை தரும்.

வல்லாரைக் கீரை

நிஞாபக சக்தியை அதிகரிக்கும்.

முடக்கத்தான் கீரை

கை,கால் முடக்கத்தை குணப்படுத்தும், மேலும் வாயு விலகும்.

புண்ணக் கீரை

சிரங்கு மற்றும் காயங்களில் வழியும் சீதளமும் குணமாகும்.

புதினா கீரை

இரத்தத்தை சுத்தம் செய்யும், அஜீரணத்தை குணப்படுத்தும்.

நஞ்சுமுண்டான் கீரை

விஷம் முறியும்.

தும்பை கீரை

அசதி, சோம்பல் நீங்கும்.

முள்ளங்கி கீரை

நீரடைப்பு நீங்கும்.

பருப்பு கீரை

பித்தத்தை குறைக்கும், உடல் சூட்டை தணிக்கும்.

புளிச்சச் கீரை

கல்லீரலை பலமடைய செய்யும், மாலைக்கண் நோயை குணப்படுத்தும், ஆண்மையை பெருக்கும்.

மணலிக் கீரை

வாதத்தை குணப்படுத்தும், கபத்தை கரைக்கும்.

மணத்தக்காளி கீரை

வாய் புண் மற்றும் வயிற்று புண் குணமாகும் மற்றும் தேமல் மறையும்.

முளைக்கீரை

பசியை தூண்டும், நரம்பை பலமாக்கும்.

சக்கரவர்த்திக் கீரை

தாது விருத்தியாகும்.

வெந்தயக்கீரை

மலச்சிக்கலை குணமாக்கும், மண்ணீரல் மற்றும் கல்லீரலை பலமாக்கும். வாதம் மற்றும் காச நோய்களை குணமாக்கும்.

தூதுவளை

ஆண்மை பெருகும், சரும நோய் குணமாகும் மற்றும் சளி தொல்லை குணமாகும்.

தவசி கீரை

இருமல் குணமாகும்.

சாணக் கீரை

காயங்களை ஆற்றும். வெள்ளைக் கீரை தாய் பாலை அதிகம் சுரக்க செய்யும்.

விழுத்திக் கீரை

பசியை அதிகரிக்கும்.

கொடிகாசினிக் கீரை

பித்தத்தை தணிக்கும்.

துயிளிக் கீரை

வெள்ளை வெட்டை ட் குணமாகும்.

துத்திக் கீரை

வாய் மற்றும் வயிற்று புண் குணமாகும்.வெள்ளை மூலம் விலகும்.

காரக்கொட்டிக்கீரைவகைகள்

மூலநோயை குணப்படுத்தும், சீதபேதியை போக்கும்.

மூக்குத்தட்டை கீரை

சளியை குணப்படுத்தும்.

நருதாளி கீரை வகைகள்

ஆண்மையை பெருக்கும், வாய்ப்புண் குணமாகும்.

இலவங்கப் பட்டை தண்ணீர் (cinnamon water)

இலவங்கப் பட்டை என்பது சாதாரணமாக நாம் சமைக்கும் ஒரு மசாலா பொருளாகும். இந்த இலவங்கப் பட்டை உடல் எடையை குறைப்பதற்கு மட்டுமின்றி ஏராளமான ஆரோக்கிய குணங்களையும் கொண்டுள்ளது. இதன் காரணமாகவே இந்த இலவங்க பட்டை மருத்துவபயனுக்கு மற்றும் அழகு குறிப்புக்கும் பெரிதும் பயனுள்ளதாக இருக்கிறது. இந்த பட்டையில் உள்ள ஒருவகையான அரோமேட்டிட்க் பொருள் சமைக்கும் உணவின் சுவையை அதிகரிப்பதோடு, உணவில் அதிக நறுமணத்தை வீச செய்கிறது. பிரியாணி போன்ற அசைவ உணவுகளில் இவற்றின் இராஜாங்கம் அதிகம் இருக்கும்.

இலவங்க பட்டை பயன்கள்..!

உடல் எடையை குறைப்பதற்கு இலவங்கபட்டை ஒரு சிறந்த மருந்தாக செயல்படுகிறது. எனவே ஒரு பாத்திரத்தில் ஒரு கிளாஸ் தண்ணீரை ஊற்றி அவற்றுள் ஒரு சிறிய இலவங்கபட்டை துண்டுகளை போட்டு நன்றாக கொதிக்க வைத்துக் கொள்ளவும், பின்பு அவற்றை வடிகட்டி ஒரு ஸ்பூன் தேன் கலந்து தினமும் காலையில் வெறும் வயிற்றில் குடித்துத் வரவும்.

மாதவிடாய் காலங்களில் ஏற்படும் வலிகளுக்கு இது ஒரு சிறந்த நிவாரணம், நோய் எதிர்ப்பு சக்தியை அதிகரிக்க,மூளையின் செயல்பாட்டை அதிகரிக்க,

பல் வலிக்கு:

தினமும் பல் வலியால் அவஸ்தை படுபவர்கர்ளா நீங்கள் அப்போ கவலையை விடுங்-கள். தினமும் இந்த இலவங்கபட்டை (cinnamon water) தண்ணீரை குடித்து வந்தால் பல்வலி மற்றும் பல் ஈறுகளில் ஏற்படும் வீக்கங்கள் குறைந்து விடும். மேலும் சிலருக்கு வாய் துர்நற்றம் அடிக்கும் அவர்கர்ள் கூட இந்த இலவங்கபட்டை தண்ணீரை தினமும் குடித்து வந்தால் இந்த பிரச்சனை சரியாகும்.

சரும பராமரிப்புக்கு:

தினமும் இலவங்க பட்டை தண்ணீரை குடித்து வந்தால் சருமத்தையும், சருமத்தில் உள்ள நிறத்தையும் பாதுகாக்கிறது. இதிலுள்ள நார்ச்சத்து நமது உடலில் உள்ள நச்சுக்களை வெளியேற்றி விடுகிறது. எனவே நச்சுகள் நமது சருமத்தில் தங்காமல் ஆரோக்கியமாக இருக்க நினைத்தால், இந்த இலவங்கபட்டை தண்ணீரை தினமும் அருந்தி பலன் பெறலாம்.

தோள்பட்டை வலி நீங்க எளிய வீட்டு வைத்தியங்கள்..!Tholpattai Vali Neenga..!

Tholpattai Vali Neenga: பொதுவாக இந்த பிரச்சச் னை, பிறந்த குழந்தை யை தவிர அனைவருக்குமே ஏற்படகூடிய பிரச்சச் னைதான். எந்த வேலையை செய்தாலும் தோள்-பட்டை ட் யின் உதவி இல்லாமல் கண்டிப்பாக செய்யமுடியாது. தோள்பட்டை ட் வலி காரணம்: தோள்பட்டை ட் வலி வருவதற்கான முதல் காரணம் அதிக கனமான பொருட்கட் ளை தூக்குவதன் காரணமாகத்தான் இந்த பிரச்சச் னை ஏற்படுகிறது. இந்த பிரச்சச் னை பள்ளி செல்லும் குழந்தை களுக்கு கூட ஏற்படுகிறது, அதாவது அதிக புத்தக மூட்டை ட் யை தோளில் சுமந்து செல்வதனால் பள்ளி செல்லும் குழந்தை களுக்குக்கூட இந்த தோள்-பட்டை ட் வலி ஏற்படுகிறது.தோள்பட்டை ட் யில் வலி ஏற்பட காரணம் தசை பிடிப்பு, வீக்-கம் போன்றவையாக இருக்கலாம். சிலசமயம் தோள்பட்டை ட் யில் வலி ஏற்படுவது இதய-நோய்க்கான அறிகுறியாக கூட இருக்கலாம் என்பதால் மருத்துத் வரின் ஆலோசனையை பெறுவது மிகவும் அவசியம்.

ஐஸ் பேக்: ஒரு பாலிதீன் பையில் ஒரு கை யளவு ஐஸ் கட்டிட் யைப் போட்டுட் கட்டிட் க்கொ க் ள்ளவும். பின்பு அவற்றை வலிகள் உள்ள இடத்தில் ஐஸ் கட்டிட் யை வைத்துத் ஓத்திடம் கொடுக்கவும். இந்த முறையை தினமும் 2-3 முறை என்று தொடர்ந்ர் ந்து செய்ய வேண்டும். குறிப்பாக ஐஸ் கட்டிட் யை சாதாரணமாக தோள்பட்டை ட் யில் ஓத்திடம் கொடுக்க பயன்படுத்த கூடாது. தோள்பட்டை ட் க்கு ஓய்வு கொடுக்கவேண்டும்.

மணல் ஓத்திடம் (Tholpattai Vali Nattu Maruthuvam): ஒரு பாத்திரத்தில் மணலை போட்டுட் நன்றாக வறுத்துத் சூடேற்றி கொள்ளவும். பின் அதனை ஒரு துணியில் போட்டுட் , வலியுள்ள தோள்பட்டை ட் பகுதியில் ஓத்தடம் கொடுக்க வேண்டும். இப்படி தொடர்ந்ர் ந்து செய்து வர, தோள்பட்டை ட் வலியில் இருந்து விரைவில் விடுபடலாம். இதே போன்று கோதுமை மாவையும் இந்த முறையில் பயன்படுத்திக்கொ க் ள்ளலாம்.

தோள்பட்டை ட் வலி குணமாக மசாஜ்: தோள்பட்டை ட் வலி நீங்க (Tholpattai Vali Nattu Maruthuvam) தேங்காய் எண்ணெய்யை சுடவைத்துத் மிதமான சூட்டிட் ல் அந்த எண்ணெய்யை சிறிது நேரம் வட்டட் வடிவில் மசாஜ் செய்வதனால் தோள்பட்டை ட் வலி குறையும்.

தோள்பட்டை ட் வலி நீங்க கல் உப்பு:

தோள்பட்டை வலி குணமாக (Tholpattai Vali Nattu Maruthuvam) கல் உப்பை, காட்டட் ன் துணியில் போட்டுட் கட்டிட் க் கொள்ள வேண்டும். பின் அந்த மூட்டை ட் யை வெதுவெதுப்பான நீர் நிரப்பிய குளியல் டப்பில் போட்டுட் , அதனுள் தோள்பட்டை ட் மூழ்கும் வரை 30 நிமிடம் உட்கா ட் ருங்கள். இப்படி தினமும் செய்து வந்தால், தோள்-பட்டை ட் வலியில் இருந்து விடுபடலாம்.

தோள்பட்டை ட் வலி குணமாக மஞ்சள்: தோள்பட்டை ட் வலி நீங்க (tholpattai vali kuraiya) மஞ்சள் 2 டீஸ்பூன் எடுத்துத் கொள்ளுங்கள், பின்பு வாணலியில் 2 ஸ்பூன் தேங்காய் எண்ணெய்யை (அ) ஆலிவ் எண்ணெய்யை ஊற்றி சுடவைக்கவும் பின்பு மஞ்-சள் தூள் அவற்றில் சேர்த்ர் துத் கலந்து கொள்ளவும். பின்பு வலியுள்ள இடத்தில் இந்த கலவையை தடவும். இந்த முறையை வலி போகும் வரை செய்யவேண்டும்.

தோள்பட்டை ட் வலி நீங்க அன்னாசி பழம்: தோள்பட்டை ட் வலி குணமாக (Tholpattai Vali Nattu Maruthuvam) அன்னாசிப்பழத்தில் இருக்கும் புரோமெலைன் திசுக்களை பாதுகாக்க உதவுகிறது. அதுமட்டுட் மின்றி காயங்கள் மற்றும் வலிகளை குணப்-படுத்த உதவுகிறது. எனவே அன்னாசிப்பழத்தை தினமும் சாப்பிட்டுட் வர தோள்பட்டை ட் வழியை குணப்படுத்த மிகவும் உதவுகிறது. அன்னாசிப்பழத்தை சாதாரணமாக சாப்பிட பிடிக்காதவர்கர் ளுக்கு, அவற்றை பழச்சாச் றாக சாப்பிடலாம்.

தோள்பட்டை ட் வலி குணமாக இஞ்சி: தோள்பட்டை ட் வலி நீங்க (tholpattai vali kuraiya) ஒரு சிறிய துண்டு இஞ்சியை தோலுரித்துத் துருவிக்கொ க் ள்ளவும், பின்பு ஒரு பாத்திரத்தில் தண்ணீர் ஊற்றி கொதிக்க வைத்துத் கொள்ளவும். பின்பு துருவிவைத்துத் ள்ள இஞ்சியை அவற்றில் 10 நிமிடம் ஊறவைக்கவும். பின்பு அவற்றை வடிகட்டிட் க்கொ க் ண்டு அவற்றில் ஒரு டீஸ்பூன் தேன்கலந்து குடிக்கவும். இந்த முறையை தொடர்ந்ர் ந்தது செய்து வர நல்ல பலன் கிடைக்கும்.

தோள்பட்டை ட் வலி நீங்க ஆப்பிள் சீடர்வினிகர்: தோள்பட்டை ட் வலி குணமாக (Tholpattai Vali Nattu Maruthuvam) ஆப்பிள் சீடர் வினிகர் தோள்பட்டை ட் வலிக்கு சிறந்ததாக விளங்குகிறது. 2-3 டீஸ்பூன் ஆப்பிள் சீடர் வினிகருடன் 2 டீஸ்பூன் ஆலிவ் ஆயில் சேர்த்ர் துத் கலந்து கொள்ள வேண்டும். பின் இந்த கலவையை வலியுள்ள தோள்பட்டை ட் யில் தடவி மசாஜ் செய்ய வேண்டும். இப்படி தினமும் 2 முறை என ஒரு வாரம் தொடர்ந்ர் ந்து செய்ய வேண்டும்.

தோள்பட்டை ட் வலி உடற்பயிற்சி :- Tholpattai vali kuraiya / தோள்பட்டை ட் வலி உடற்பயிற்சி உங்கள் தோள்பட்டை ட் வலி குணமாக. உங்கள் மருத்துத் வர்கர் ளின் ஆலோசனையுடன் எந்த தசை வலிமையாக உள்ளது, எந்த தசை வலுவின்றி உள்ளது என்பதை கண்டறியவும். ஆரம்பத்தில் மறைமுக உடற்பயிற்சிகள் செய்ய நீங்கள் மருத்துத் வரால் அறிவுறுத்தப்படலாம், இவை தசை களை குணப்படுத்த தொடங்கும் பின்னர் மெது-

வாக தசை களை வலுப்படுத்துத் ம் உடற்பயிற்சிகளை செய்ய தொடங்கலாம்.

எலுமிச்சை ஜுஸ் குடிப்பதால் கிடைக்கும் நன்மைகள் ..! Lemon Juice Payangal

எலுமிச்சைச் சை நம் உடலுக்கு பலவகை யான நன்மை அளிக்கக்கூடிய ஒரு மருத்துத் வ பொருளாகும். தற்போது எலுமிச்சைச் சை சாறு அழகு கலைகளுக்கு அதிகளவு பயன்பட்டுட் வருகிறது. இந்த எலுமிச்சைச் சை குறைந்த விலையில் அதிகளவு கிடைக்கும் பழமாகும். இதில் உயர்ரர் க ஊட்டட் ச்சச் த்துத் களான கால்சியம், பொட்டாட் சியம் மற்றும் நார்ச்ர் சச் த்துத் கள் இருக்கின்றன. மேலும் இதில் வைட்டட் மின் ஏ மற்றும் இரும்புச்சச்த்தின் பயன்களும் இருக்கிறது. எலுமிச்சைச் சை பழத்தின் மிக சிறந்த பலன் எதுவென்றால் உடல் எடையை குறைக்க அயராது பாடுபடும்.

எலுமிச்சைச் சை ஜூஸ் பயன்கள் — இரத்த அழுத்தத்தை குறைக்க,உடல் எடை குறைய,தொண்டை வலி சரியாக,இரத்த கொதிப்பு குறைய,செரிமான பிரச்சச் னை சரியாக,மூட்டுட் வலி குணமாக,பி.எச் அளவுகள்,கல்லீரல் பிரச்சனைக்கு,மலச்சிக்கல் பிரச்சனை சரியாக.

நெஞ்சினில் கபம் கட்டி இருமலால் கஷ்டப்படுகிறவர்கள் ஒரு எலுமிச்சை பழச்சாறுடன் ஒரு ஸ்பூன் தேன் கலந்து காலை, மாலையாக தொடர்ந்து 3 நாட்கள் சாப்பிட்டு வந்தால் கபம் வெளியாகி உடல் நன்கு தேறும்.

மாதுளை ஜுஸ் பயன்கள்..! Pomegranate Benefits in Tamil..!

மாதுளம் பழம் ஜூஸ் குடிப்பதால் கிடைக்கும் நன்மைகள்: ஆரோக்கிய பட்டிட் யலில் மாதுளை ஜூஸ் ஒரு முக்கிய பங்கு வகுக்கிறது. மாதுளை ஜூஸ் அனைவராலும் விரும்பி சாப்பிட முடியும். இந்த ஜூஸ் (pomegranate juice benefits in tamil) மிகவும் ருசியாக இருக்கும். இது உடலுக்கு ஆரோக்கியத்தை அதிகம் தருகிறது. ஆரோக்கியமான மற்றும் சுவையான ஜூஸ் என்றால் மாதுளை ஜூஸ் (mathulai juice benefits in tamil) என்று தான் சொல்ல முடியும். மாதுளை பழங்கள் மற்றும் மாதுளை ஜூஸ் அனைத்துத் காலத்திலும் கிடைக்கும் ஒரு அற்புதமான பழம். இந்த mathulam juice பல நோய்களை குணப்படுத்தவும், தடுக்கவும் செய்யும். சமீபத்தில் மாதுளை பழங்கள் குறித்த ஆய்வில் மாதுளை ஜூஸ்ஸில் ஏராளமான ஊட்டட் சத்துத் கள் உள்ளது என்று கண்டறிந்துள்ளனர். ர் மாதுளை பழங்கள், க்ரீன்ரீ ன் டீயை விட அதிக ஆரோக்கியமானதாகும்.மாதுளை அதிகளவில் ஆன்டி-ஆக்ஸிடன்ட்டுட் கள் (Antioxidant) கொண்டுள்ளது.

மாதுளை ஜூஸ் பயன்கள் : புற்று நோய் தடுக்க மாதுளை ஜூஸ்,இதயத்தை காக்க மாதுளை ஜூஸ் குடிக்கலாம்,சர்க்கரை நோயை எதிர்க்கும் மாதுளை பழம் ஜூஸ்,ஆரோக்கிய தலைமுடிகள்,ஆரோக்கியமான சருமம்,மாதுளை(mathulai juice) நோய் எதிர்ப்பு சக்தி கொண்டது,செரிமானம் சீராக நடைபெற..

ஆப்பிள் பயன்கள் (Apple Fruit benefits):

தினமும் ஒரு ஆப்பிள் சாப்பிடுவதினால் நாம் மருத்துத் வரை நாடவேண்டிய அவசியம் இருக்காது. ஏனெனில் ஆப்பிளில் வைட்டட் மின்கள், புரோட்டீட் ன்கள் போன்ற உயிர் சத்-துத் க்கள் நிறைய உள்ளது. தினமும் ஒரு ஆப்பிள் சாப்பிடுவதினால் உடலில் உள்ள கெட்-டட் கொலஸ்ட்ராட் ல் கரைக்கப்படும். குறிப்பாக ஆப்பிளில் நோய் எதிர்ப்ர் ப்பு சக்தியை அதிகரிக்கும் வைட்டட் மின்கள் நிறைய உள்ளது. எனவே நோய் எதிர்ப்ர் ப்பு சக்தியை அதிகரிக்க நினைப்பவர்கர் ள். தினமும் ஒரு ஆப்பிள் பழத்தை சாப்பிடுங்கள். பழமாக சாப்-பிட பிடிக்காதவர்கர் ள் ஜூஸ் செய்து சாப்பிடுங்கள். அதேபோல் தினமும் அதிகம் ஆப்பிள் சாப்பிடுவதினால், அவற்றில் உள்ள ஆன்டி-ஆக்ஸிடன்ட் கண் புரை நோய் ஏற்படுவதை தடுக்கும். தினமும் ஆப்பிள் மற்றும் ஆப்பிள் ஜூஸ் சாப்பிடுத்தினால் இதை ய நோய் ஏற்-படுவதை தவிர்க்ர் க் லாம். ஆப்பிளில் உள்ள ஒரு வகை ஊட்டட் ச்சச் த்துத் நுரையீரல், மார்பகர் ம் மற்றும் குடல் போன்ற பகுதிகளில் ஏற்படும் புற்று நோயை தடுக்கலாம்.

மருத்துவ குணங்கள் நிறைந்த மாம்பழம் (Mango fruit benefits):

மாம்பழத்தில் ஏராளமான ஊட்டட் சத்துத் க்கள் நிறைந்துள்ளது. குறிப்பாக இரும்பு சத்துத் , சுண்ணாம்பு சத்துத் மற்றும் புரதச்சச் த்துத் அதிகம் மாம்பழத்தில் நிறைந்துள்ளது. மாம்ப-ழம் உடலில் நோய் எதிர்ப்ர் ப்பு சக்தியை அதிகரிக்க பயன்படுகிறது. மாம்பழத்தை தினமும் உட்கொ ட் ள்வதினால் நமது உடலில் ரத்தம் அதிகரிக்கப்படுகிறது.

பப்பாளி பயன்கள் (Papaya benefits):-

பப்பாளி பழத்தில் வைட்டட் மின் ஏ, இ, பொட்டாட் சியம், கால்சியம், ஃபோலேட் போன்ற ஏராளமான சத்துத் க்கள் நிறைந்துள்ளது. இத்தகை ய பப்பாளி பழத்தை சாப்பிடுவதினால் பல் சம்மந்தமான பிரச்சச் னைகளுக்கும், சிறுநீரக கற்களை கரைப்பதற்கு இந்த பப்பாளி பழத்தை சாப்பிட்டாட் லே போதும். மேலும் நரம்புகள் பலமடையவும், ஆண்மை தன்மை பலமடையவும், ரத்த விருத்தி உண்டாக்கவும் ஞாபக சக்தியை அதிகரிக்க தினமும் பப்பாளி பழத்தை சாப்பிடலாம்.

வாழைப்பழம் பயன்கள் (Bananas benefits)

வாழைப்பழத்தில் ஏராளமான ஊட்டட் சத்துத் க்கள் நிறைந்துள்ளது, குறிப்பாக வாழைப்பழம் உடலுக்கு தேவையான கார்போ ர் ஹைட்ரேட் ட் வழங்கும். மேலும் வாழைப்பழத்தில் வைட்-டட் மின்கள், பொட்டாட் சியம், ஃபோலேட், ட் அமினோ அமிலம் போன்ற சத்துத் க்கள் உள்ளது. தினமும் ஒரு வாழைப்பழத்தை சாப்பிடுவதினால் மலச்சிச் க்கல் பிரச்சச் னை

சரியாகும். தினமும் உணவிற்கு பின் ஒரு வாழைப்பழம் சாப்பிடுவதினால் ஜீரண சக்தி அதி-கரிக்கும்.

வாழைப்பழத்தில் ஏராளமான ஊட்டட் சத்துத் க்கள் நிறைந்துள்ளது, குறிப்பாக வாழைப்-பழம் உடலுக்கு தேவையான கார்போ ர் ஹைட்ரேட் ட் வழங்கும். மேலும் வாழைப்பழத்தில் வைட்டட் மின்கள், பொட்டாட் சியம், ஃபோலேட், ட் அமினோ அமிலம் போன்ற சத்துத் க்கள் உள்ளது. தினமும் ஒரு வாழைப்பழத்தை சாப்பிடுவதினால் மலச்சிச் க்கல் பிரச்சச் னை சரியாகும். தினமும் உணவிற்கு பின் ஒரு வாழைப்பழம் சாப்பிடுவதினால் ஜீரண சக்தி அதிகரிக்கும்.

நாவல் பழம் பயன்கள் (Navapalam Benefits)

பசியைத் தூண்டக்கூடியது. கல்லீரல் மற்றும் மண்ணீரல் நோய்களை தடுக்கும் அரும் மருந்து. நாவல்பழத்தில் ஆன்டி-ஆக்ஸிடென்ட் அதிகமாக உள்ளது. நாவல்பழத்தை சாப்பி-டுவதால் ரத்தம் விருத்தி அடைகிறது. வெண்புள்ளி, அரிப்பு நோய்களை விரைவாக சரி-செய்யும் தன்மை நாவல்பழத்திற்கு உள்ளது. மலச்சிச் க்கல் பிரச்சச் னையா? அப்படியானால் நாவல் பழத்தினால் செய்யப்பட்டட் வினிகரை சரிசமமாக நீரில் கலந்து கொண்டு, தினமும் இரண்டு முறை குடியுங்கள். இல்லாவிட்டாட் ல் நாவல் பழத்தினை உட்கொ ட் ள்ளுங்கள். மலச்சிச் க்கல் பிரச்சச் னை உடனே சரியாகும். அசிடிட்டிட் பிரச்சச் னை உள்ளவர்கர் ள், நாவல் பழத்தில் ப்ளாக் சால்ட் மற்றும் சீரகப் பொடி சேர்த்ர் துத் சாப்பிட அசிடிட்டிட் பிரச்சச் னை உடனே சரியாகும்.

சிறு நீரக கற்கள் இருப்பவர்கள் தினமும் நாவல் பழங்களை சாப்பிடுவது நல்லது. அத்-துடன் நாவல் விதைகளை பொடி செய்து தயிருடன் கலந்து சாப்பிட்டால் சிறு நீரக கற்கள் கரையும்.

இரத்த சர்க்கரையின் அளவை குறைக்கும்,அதிக அளவு நார்ச்சத்து,நோய் எதிர்ப்பு சக்தியை அதிகரிக்க,புற்று நோயினை தடுக்க,எலும்புகள் வலிமை,

லிச்சிச் பழம் சாப்பிட்டாட் ல் கிடைக்கும் நன்மைகள்

(Litchi fruit Benefits in tamil)

கோடைகாலத்தில் அதிகளவு கிடைக்கக்கூடிய லிச்சிச் பழம் (litchi fruit) பலவகை யான ஆரோக்கிய பிரச்சச் னைகளை சரி செய்ய பெரிதும் பயன்படுகிறது. மேலும் லிச்சிச் பழத்-தில் பலவகை யான ஊட்டட் ச்சச் த்துத் க்கள் நிறைந்துள்ளது. இந்த லிச்சிச் பழம் (litchi fruit) பார்ப்ர் ப்தற்கு பிங்க் நிறத்தில், முட்டை ட் வடிவில் இருக்கும். இந்த லிச்சிச் பழம் அனைவரும் விரும்பி சாப்பிடக்கூடிய சுவையுடன் இருக்கும்.

செரிமானத்திற்கு,உடல் எடை குறைய லிச்சிச் பழம்,மார்பக புற்றுநோய்,இதய ஆரோக்கியத்திற்கு,கண்களின் ஆரோக்கியத்திற்கு,இரத்தம் அதிகம் சுரக்க,நோய் எதிர்ப்பு சக்தி அதிகரிக்க

கொய்யா பழம்

சி உயிர் சத்து அதிக அளவில் நிறைந்துள்ளது. வளரும் சிறுவர்களுக்கு வைட்டமின் •••சி† உயிர்சத்து எலும்புகளுக்கு பலத்தையும், உறுதியையும் அளிக்கின்றது. மலச்சிக்கல் இருப்பவர்கள் கொய்யாப் பழத்தினை தொடர்ந்து சாப்பிட்டு பயன் பெறலாம். சொறி, சிரங்கு, ரத்த சோகை இருப்பவர்கள் கொய்யாப்பழம் சாப்பிட்டு இவற்றை குணப்படுத்தி கொள்ளலாம். விஷ கிருமிகளை கொல்லும் சக்தி கொய்யாப் பழத்திற்கு இருப்பதால் வியாதியை உண்டு பண்ணும் விஷக் கிருமிகள் ரத்தத்தில் கலந்தால் அதை உடனேயே கொன்று விடும்.

அன்னாசி

அன்னாசி பழத்தில் வைட்டமின் •••பி உயிர்சத்து அதிக அளவில் உள்ளது. அது உடலில் ரத்தத்தை விருத்தி செய்வதாகவும், உடலுக்கு பலத்தை தருவதாகவும் இருப்பதோடு பல வியாதிகளை குணப்படுத்தும் அரிய மருந்தாகவும் இருக்கிறது. தேகத்தில் போதுமான ரத்தமில்லாமல் இருப்பவர்களுக்கு அன்னாசிப்பழம் ஒரு சிறந்த டானிக். நன்றாக பழுத்த அன்னாசி பழத்தை சிறு சிறு துண்டுகளாக செய்து வெய்யிலில் தூசிப்படாமல் உலர்த்தி வற்றல்களாக செய்து வைத்து கொண்டு தினமும் படுக்க செல்வதற்கு அரைமணி நேரத்திற்கு முன்னதாக ஒரு டம்ளர் பாலில் ஓர் ஐந்து அன்னாசி வற்றல்களை ஊற வைத்து, பின் படுக்கச் செல்லும் போது ஊறிய வற்றல்களை 40 நாட்கள் சாப்பிட்டு வரவேண்டும். இதனால் பித்தம் சம்மந்தமான அனைத்து கோளாறுகளும் நீங்கும். அன்னாசி பழத்தை தொடர்ந்து சாப்பிட்டு வர பெண்களுக்கு ஏற்படும் வெள்ளை நோய் குணமாகும்.

விளாம்பழம்

விளாம்பழம் பல வியாதிகளை குணப்படுத்தும் சிறந்த பழமாகும். இதில் இரும்பு சத்தும், சுண்ணாம் புச்சத்தும், வைட்டமின் •••ஏ சத்தும் உள்ளது. இப்பழத்துடன் வெல்லம் சேர்த்து பிசைந்து 21 நாட்கள் சாப்பிட்டு வந்தால் பித்தம் சம்மந்தமான அனைத்து கோளாறுகளும் குணமாகும். பித்தத்தால் தலை வலி, கண்பார்வை மங்கல், காலையில் மஞ்சளாக வாந்தி எடுத்தல், சதா வாயில் கசப்பு, பித்த கிறுகிறுப்பு, கை கால்களில் அதிக வேர்வை, பித்தம் காரணமாக இளநரை, நாவில் ருசி உணர்வு அற்றநிலை இவைகளை விளாம் பழம் குணப் படுத்தும். விளாம்பழத்திற்கு ரத்தத்தில் கலக்கும் நோய் அணுக்களை சாகடிக்கும் திறன் உண்டு. எனவே எந்த நோயும் தாக்காமல் பாதுகாக் கும். அஜீரண குறைபாட்டை போக்கி பசியை உண்டுபண்ணும் ஆற்றலும் விளாம்பழத்திற்கு உண்டு. முதியவர்களின் பல் உறுதி இழப்பிற்கு விளாம்பழம் நல்ல மருந்து.

வாழைப்பழம்

மலச்சிக்கல் இருப்பவர்கள், மூலநோய் குறைபாடு இருப்பவர்கள் தினமும் வாழைப்பழம் ஒன்றை சாப்பிட்டு வந்தால் மலச்சிக்கல், மூல நோய் குறைபாட்டிலிருந்து விடுபடலாம். மேலும் தினமும் இரவு உணவிற்கு பின் ஒரு பழம் வீதம் சாப்பிட்டு வந்தால் நல்ல ஜீரண சக்தி உண்டாகும். எந்த வயதினராக இருந்தாலும், கண்பார்வை குறைய ஆரம்பித்தவுடன் அவர்களுக்கு தினசரி உணவில் செவ்வாழைப்பழம் வேளைக்கு ஒன்று வீதம் 21 நாட்க-ளுக்கு கொடுத்து வந்தால் கண் பார்வை கொஞ்சம் கொஞ்சமாக தெளிவடைய ஆரம்பிக்-கும். திருமணமாகி பல ஆண்டுகளாகியும் கர்ப்பமே தரிக்கவில்லை என்று மனம் வருந்தி கொண்டிருக்கும் தம்பதியர்கள் செவ்வாழை பழத்தை தொடர்ந்து சாப்பிட்டு வந்தால் உடலில் உயிர் சக்தி அணுக்கள் போதுமான அளவில் பெருகி கருத்தரிக்க வாய்ப்பாகும். ரஸ்தாளி வாழைப்பழத்தினை தண்ணீர் விட்டு கரைத்து மூன்று வேளை கொடுத்தால் வயிற்றுப்போக்கு நின்று விடும். இதுபோன்றே பலாப்பழமும் மருத்துவ பயன் மிக்கதாகவே இருக்கின்றது. இதில் வைட்ட மின் ···ஏ† உயிர்சத்து அதிகம் இருப்பதால் இதை சாப்பிட்டால் உடல் வளர்ச்சி சீரடையும். வைட்டமின் ···ஏ† உயிர் சத்திற்கு தொற்று கிருமிகளை அழிக்கும் சக்தி இருப்பதால் உடலில் தொற்று நோய் தொற்றாது.

ஆரஞ்சுப்பழம்

ஆரஞ்சில் வைட்டமின் ···ஏ அதிகமாகவும், வைட்டமின் ···சி-யும், ···பி-யும், பி-2ம் உள்ளன. மேலும் இதில் சுண்ணாம்புச்சத்தும் மிகுந்து காணப்படுகிறது. பல நாட்களாக வியா-தியால் பாதித்து தேறியவர்களுக்கு இதுவொரு சிறந்த இயற்கை டானிக் ஆகும். இரவில் தூக்கமில்லாமல் கஷ்டப்படுபவர்கள் படுக்க போவதற்கு முன்பாக அரை டம்ளர் ஆரஞ்சு பழச்சாறுடன் சிறிது சுத்தமான தேனை சேர்த்து சாப்பிட இரவில் நன்றாக தூக்கம் வரும். பல் சதை வீக்கம், சொத்தை விழுந்து வலி ஏற்படுதல், பல் வலி, பல்-ஈறுகளில் ரத்தக் கசிதல் இருப்பவர்கள் ஒரு வாரம் அரை டம்ளர் ஆரஞ்சு பழச்சாறை கொப்பளித்து விழுங்க உடன் நிவாரணம் பெறலாம்.

திராட்சைப் பழம்

* எல்லா வகையான திராட்சையிலும் பொதுவாக வைட்டமின் ···ஏ உயிர்சத்து அதிக அளவில் காணப்படும். பொதுவாக சரியாக பசி எடுக்காமல் வயிறு மந்த நிலையில் காணப்படுபவர்கள் கருப்பு திராட்சை எனப்படும் பன்னீர் திராட்சையில் அரைடம்ளர் சாறு எடுத்து அதனுடன் சர்க்கரை சிறிது சேர்த்து அருந்தி வந்தால் மந்த நிலை நீங்கி நன்றாக பசி எடுக்கும்.

- பெண்களுக்கு ஏற்படும் சூதக கோளாறுகளுக்கு திராட்சை சாறு ஒரு சிறந்த வரப்பிரசாதமாகும். மாத விலக்கு தள்ளிப்போதல், குறைவாக வும், அதிகமாகயும் போதல் போன்ற குறைபாடுகளுக்கு கருப்பு திராட்சை சாறு அரை டம்ளரில் சிறிது சர்க்கரை சேர்த்து தினமும் வெறும் வயிற்றில் சாப்பிட்டு வந்தால் முறையான கால இடைவெளியில் மாதவிலக்கு வெளியாகும். திராட்சை சாற்றினை தொடர்ந்து 21 நாட்கள் சாப்பிட்டு வரவேண்டும்.
- வயிற்றில் இரைப்பை, குடல்களில் புண் ஏற்பட்டிருந்தால், வாயிலும் புண் ஏற்படும். வாயில் உள்ள புண்ணை ஆற்ற வேண்டுமானால் முதலில் வயிற்றில் உள்ள புண்ணை ஆற்ற வேண்டும். இருமல் நின்று விடும். அல்லது எலுமிச்சை சாறுடன் சிறிய இஞ்சி துண்டை நறுக்கிப் போட்டு கொதிக்க வைத்து இறுத்து ஆற வைத்து இதேபோல் தொடர்ந்து காலை மாலையாக மூன்று தினங்கள் கொடுத்து வந்தாலும் இருமல் நின்று விடும். தலைவலி இருப்பவர்கள் சூடான கப் காபியில் அரை எலுமிச்சை பழத்தினை பிழிந்து 3 நாட்கள் குடித்து வந்தால் பிறகு தலைவலியே வராது. தேள் கொட்டிய இடத்தில் எலுமிச்சை பழத்தினை இரண்டாக பிளந்து ஒரு பாதியை கொட்டிய இடத்தில் நன்றாக தேய்க்க வேண்டும். இவ்வாறு இரண்டு துண்டுகளையும் தேய்த்துவிட்டால் சிறிது நேரத்திற்கெல்லாம் விஷம் இறங்கி வலி நின்றுவிடும். எலுமிச்சம் பழத்தினை அடிக்கடி உபயோகித்து வருபவர்களுக்கு உஷ்ண அதிகரிப்பால் உண்டாகும் வயிற்று வலி, பித்தத்தால் ஜீரண உறுப்புகளில் ஏற்படும் குறைபாடுகள், உஷ்ணத்தால் ஏற்படும் சிறுநீர் தொந்தரவுகள், மலசிக்கல், உஷ்ண இருமல் ஆகிய தொந்தரவு கள் வராது.

பேரீச்சம்பழம்

தினமும் இரவில் படுக்க செல்லும் முன்னர் ஒரு டம்ளர் காய்ச்சிய பசும் பாலையும், இரண்டு பேரீட்ச்சம் பழத்தினையும் உண்டு வந்தால் உடல் நல்ல பலம்பெறும். புதிய ரத்தமும் உண்டாகும். தோல் பகுதிகள் மிருதுவாகவும், வழுவழுப்பாகவும் இருக்கும். கண் சம்மந்தமான கோளாறுகளும், நரம்பு சம்மந்தமான கோளாறுகளும் நீங்கும். தொற்று நோய் கிருமிகள் நம்மை அணுகாது. பல் சம்மந்தமான வியாதிகளும் குணமடைந்து, பல் கெட்டிப்படும்.

பலாபழத்தை

தைராய்டு பாதிப்பு இருப்பவர்கள் பலாபழத்தை சாப்பிடுவதால் தைராய்டு ஹார்மோன் சுரப்பது தூண்டப்படுகிறது.எலும்புகள் வலுவடைகின்றன. இதபால் எலும்பு சம்பந்த நோய்களும் தடுக்கப்படுகிறது

2

விட்டமின்களும் அவை அதிகம் இருக்கும் உணவுகளும்

வைட்டமின் ஏ :

வைட்டமின் ஏ சர்க்கரை வள்ளி கிழங்கில் அதிகமாக உள்ளது. வைட்டமின் ஏ வின் தின-சரிஉட்கொள்ளல் அளவில் 561% வேக வாய்த்த இந்த கிழங்கில் உள்ளது. கீரை, மீன் ,முட்டை,பால், காரட் போன்றவை இந்த வைட்டமின் அதிகமுள்ள உணவுகள்.

மாடு, ஆடு, கோழி போன்றவற்றின் கல்லீரலில் இருந்து அதிகமாக வைட்டமின் ஏ கிடைக்கிறது, மேலும் மீன் எண்ணெய், முட்டையில் உள்ள மஞ்சள் கரு, பால், பாலா-டைக்கட்டி மற்றும் வெண்ணெய் போன்ற பால் பொருட்களிலும் அதிகமாக கிடைக்கிறது. இவை உடலுக்கு பல நன்மைகளை அளிக்கக்கூடிய வைட்டமின்களாக உள்ளன. சாதர-ணமாக விலங்குகளின் உறுப்பு இறைச்சியை யாரும் பெரிதாக விரும்புவதில்லை. ஆனால் அவற்றில்தான் அதிகமாக வைட்டமின் ஏ சத்துக்கள் உள்ளன.

மாம்பழம், பாதாம் மற்றும் பப்பாளி போன்ற பழங்களில் அதிகமான அளவில் வைட்ட-மின் ஏ உள்ளது. வைட்டமின் ஏ யின் சிறப்பு அம்சமே அது பலவகையான உணவுகளில் இருக்கிறது என்பதே. காய்கறிகளில் கூட சில காய்கறிகளில் அதிகமான அளவில் வைட்ட-மின் ஏ கிடைக்கிறது. கேரட், சர்க்கரை வள்ளி கிழங்கு, பாகற்காய், மஞ்சள் சோளம், பச்சை கீரைகள், வெந்தயம், அகத்தி கீரை இவையாவும் வைட்டமின் ஏயின் நல்ல மூலங்களாக உள்ளன. எனவே சைவ உணவு உண்பவர்கள் அசைவ உணவு உண்பவர்கள் இருவருமே வைட்டமின் ஏவை எளிதாக உணவுகளில் சேர்த்துக்கொள்ள முடியும்.

தாவர வகை வைட்டமின் ஏயில் கரோட்டினாய்டுகள் அதிகமாக நிறைந்துள்ளன. செரி-மான செயல்முறையின்போது இது உடலால் ரெட்டொனோலாக மாற்றப்படுகிறது. இது

உடலில் ஏற்படும் செலியாக் நோய், கிரோன் நோய், சிரோசிஸ் போன்ற பிரச்சனைகளை சரி செய்ய உதவுகிறது.

சத்து குறைபாடு:

அதிக வெளிச்சம், குறைந்த வெளிச்சம் இவற்றிக்கு கண் தன்னை சரி செய்து கொள்வது இந்த வைட்டமினால்தான். எலும்பு வளர்ச்சி, பல் வளர்ச்சி, திசுக்களின் வளர்ச்சி நோய் எதிர்ப்பு சக்தி இவை அனைத்திற்கும் இந்த வைட்டமின் பொறுப்பு.

சருமம், கண், வாய் உள்தசை, மூக்கு, தொண்டை, நுரையீரல் இவை ஈரப்பதத்தோடு இருப்பதும் இந்த வைட்டமினையே சார்ந்துள்ளன.

தியாமின்(வைட்டமின் B1):

உலர்ந்த ஈஸ்ட்டில் இந்த சத்து அதிகமாக உள்ளது. 100கிமாஈஸ்ட்டில்11mg அளவு தியாமின் சத்து உள்ளது. பைன் கொட்டைகள் மற்றும் சோயா பீன்ஸில் இவை அதிகம் உள்ளன.

சத்து குறைபாடு:

நரம்பு தளர்ச்சி,தயாமின் குறைபாடு

நரம்பியல் கோளாறுகள்,ஹார்ட் பிரச்சனை

ரிபோபிளவின்(வைட்டமின் B2) :

மாட்டிறைச்சி கல்லீரலில் அதிக அளவு ரிபோஃபிளேவின் உள்ளது. வலுவூட்டப்பட்ட தானியங்களில் கூட அதிக அளவில் இந்த சத்துகள் கிடைக்கிறது.

சத்து குறைபாடு:

சோர்வு, வளர்ச்சி குறைவு, செரிமான பிரச்சனைகள், வாயின் ஓரங்களில் புண்கள், நாக்கு வீக்கம், கண் சோர்வு தொண்டை வீக்கம், தொண்டை புண் மற்றும் கண் கூசுதல்

நியாசின்(வைட்டமின் B3):

உலர்ந்த ஈஸ்ட்டில் நியாசின் நிறைந்து காணப்படுகிறது. வேர்க்கடலை அல்லது வேர்க்கடலை வெண்ணை போன்றவற்றையும் எடுத்து கொள்ளலாம். ஒரு கப் பச்சை வேர்க்கடலையில் 17.6mg சத்து உள்ளது. இது தினசரி உட்கொள்ளலில் 100% பூர்த்தி செய்கிறது. மாட்டிறைச்சி மற்றும் கோழி இறைச்சியில் நியாசின் அதிக அளவிலுள்ளது.

சத்து குறைபாடு:

தோல் வெடிப்பு அல்லது நிறமாற்றம்,பிரகாசமான சிவப்பு நாக்கு,வாந்தி,மலச்சிக்கல் அல்லது வயிற்றுப்போக்கு,மன அழுத்தம்,சோர்வு,தலைவலி,நினைவாற்றல் இழப்பு,பசியிழப்பு.

வைட்டமின் B6:

மீன், மாட்டிறைச்சி கல்லீரல் மற்றும் கோழி உணவுகளில் இந்த வகை வைட்டமின்கள் காணப்படுகின்றன. இவற்றைக் காட்டிலும் அதிகமாக வைட்டமின் B6 கொண்டைக்கடலை- யில் இருக்கிறது. வைட்டமின்B6 ன் தினசரி உட்கொள்ளல் அளவில் 55% 1 கப் கொண்- டைக்கடலையில் உள்ளது.

சத்து குறைபாடு:

இரத்த சோகை,நரம்பியல் தொந்தரவுகள்,மன பிரச்சினைகள்,வலிப்பு,கர்ப்பம் சிக்கல்- கள்,ஹோமோசிஸ்டினியூரியா.

வைட்டமின் B12 : `

மாட்டிறைச்சி கல்லீரல்,சால்மன், ட்யூனா வகை மீன் உணவுகளில் அதிகம் உள்ளது. 1 துண்டு மாட்டிறைச்சியில் 48mcg வைட்டமின் பி12 உள்ளது. இது தினசரி உட்கொள்ளலில் 800% ஆகும்.

சத்து குறைபாடு:

சோர்வு மற்றும் சோம்பல்,பலவீனம்,பசி உணர்வு குறைதல்,குறைந்த அளவிலான ஈடு- பாடு,மனஇறுக்கம்,சரியான உறக்கம் இல்லாதது,சுவாசித்தலில் பிரச்சினை, நடப்பதில் தடங்- கல்,சீரண மண்டலத்தில் பிரச்சினைகள், தோலின் நிறம் வெளிறிப்போதல்.

வைட்டமின் C:

பொதுவாக வைட்டமின் C என்றவுடன் சிட்ரஸ் உணவுகள் தான் பலரின் நினைவுக்கு வரும். ஆனால் சிவப்பு குடை மிளகாயில் தான் அதிக அளவிலான வைட்டமின்C சத்து உள்- ளது. சிவப்பு குடை மிளகாயில் 95mg/serving வைட்டமின் C சத்து உள்ளது .அதுவே ஆரஞ்சு பழச்சாறில் 93mg /serving ஆக உள்ளது.இது தவிர கிவி ,ப்ரக்கோலி,முலை விட்ட தானியங்கள் போன்றவற்றில் வைட்டமின் சி அதிகமாக உள்ளது.

சத்து குறைபாடு:

உலர்ந்த சருமம்,திடீர் எடை அதிகரிப்பு,மூட்டு வலி மற்றும் வீக்கம்,ஈறுகளில் இரத்தப்- போக்கு,இரத்த சோகை,சோர்வு,சருமத்தில் இண்டிகோ குறிகள்.

வைட்டமின் D :

கொழுப்பு அதிகமுள்ள மீன்களான சால்மன், கானாங்கெளுத்தி போன்றவற்றில் வைட்டமின் D அதிகமாக உள்ளது. மீன் எண்ணையில் அதிகபட்ச வைட்டமின் D உள்ளது. இது தின- சரி உட்கொள்ளலில் 142% உள்ளது.பெரும்பாலான மக்கள் பால், காலை உணவு தானியங்- கள், தயிர் மற்றும் ஆரஞ்சு சாறு போன்ற பலமான உணவுகள் வழியாக வைட்டமின் D ஐ எடுத்து கொள்கின்றனர்.

சத்து குறைபாடு:

உடல்வலி, மூட்டுவலி, அதிக உடல்சோர்வு, மிகவும் பலவீனமாக,உடல்பருமன், சிறுநீரகச்
செயலிழப்பு, கல்லீரல் செயலிழப்பு.

வைட்டமின் E :

கோதுமை எண்ணையில் மற்ற எந்த உணவிலும் இல்லாத அளவு வைட்டமின் E சத்து
உள்ளது. இது 20.3mg /serving . தினசரி உட்கொள்ளல் அளவில் இது 100% ஆகும்.
ஆனால் பலர் சூரியகாந்தி விதைகளையும் பாதாம் கொட்டைகளையும் எடுத்து கொள்கின்-
றனர்.

சத்து குறைபாடு:

ஸ்பினோகிரெல்பெல்லர் அட்டாக்ஸியா,Myopathies,டிஸார்திரியா,ஆழமான தசைநார்
எதிர்வினை இல்லாதது,அதிர்வு உணரக்கூடிய திறன் இழப்பு,ஹீமோலிடிக் அனீமியா,நோயெ-
திர்ப்புத் திறன் குறைபாடு.

வைட்டமின் K :

பச்சை இலைகளை கொண்ட காய்கறிகளில் இந்த சத்து அதிகமாக உள்ளது. இது ஃபில்-
லோகுவினோன் என்றும் அழைக்கப்படுகிறது. கீரை ,நூக்கல் கீரை, பீட் ரூட் கீரை, கடுகு
போன்ற உணவுகளில் இந்த சத்து அதிகம் காணப்படுகிறது. இந்த வைட்டமின்கள் அல்லாத
பல ஊட்டச்சத்துகள் நம் உடலுக்கு வலு சேர்க்கின்றன. இவைகளை பற்றி நமது அடுத்த
பதிவில் காணலாம்.

சத்து குறைபாடு:

சிராய்ப்புண்,இரத்தப் புள்ளிகள்,hematomas,அறுவைசிகிச்சை அல்லது துளையிடல்
தளங்களில் இரத்தம் சுரக்கும்,வயிற்று வலி,பாரிய கட்டுப்பாடற்ற இரத்தப்போக்கு
ஆபத்து,குருத்தெலும்பு கசிவு,எலும்பு வளரும் கடுமையான தவறான,தமனிகளின் சுவர்களில்
கரையாத கால்சியம் உப்புக்களின் படிவு,கைக்குழந்தையின் முகம், மூக்கு, எலும்புகள் மற்றும்
கை விரல்கள்.

3
காய்கறிகள்மருத்துவ குணங்கள்

வாழைப்பூ:

இதில் இரும்புச்சத்து, போலிக் அமிலம், வைட்டமின் ஏ, பி, சி சத்துக்கள் நிறைந்துள்ளன. இரத்தச் சோகையை வராமல் தடுத்து உடலுக்கு தெம்பையும் புத்துணர்வையும் தரவல்லது.

வாழைத்தண்டு:

இதில் கால்சியம், பாஸ்பரஸ், இரும்புச்சத்து, வைட்டமின் பி, சி நிறைந்துள்ளது. இரத்தத்தை சுத்தப்படுத்தும். இரத்தத்தில் உள்ள தேவையற்ற அசுத்த நீரை பிரித்தெடுக்கும். சிறுநீரகத்தின் செயல்பாடுகளை சீராக்கி சிறுநீரக கல் அடைப்பை தடுக்கும்.

வாழைக்காய்:

இரும்புச்சத்து, பாஸ்பரஸ், வைட்டமின் பி, சி, சத்துக்கள் அதிகம் உள்ளது. வாயுவைத் தூண்டும் குணமுள்ளதால் இதை சமைக்கும்போது அதிகளவில் பூண்டு சேர்த்துக்கொள்வது நல்லது. மலச்சிக்கல் தீர்க்கும்.

பாகற்காய்:

வைட்டமின் ஏ, பி, சி, பாஸ்பரஸ், இரும்புச்சத்து, கால்சியம் சத்துக்கள் நிறைந்துள்ளது. நன்கு பசியைத் தூண்டும். உடலில் சர்க்கரையின் அளவைக் கட்டுப்படுத்தும்.

சேப்பங்கிழங்கு:

கால்சியம், பாஸ்பரஸ் அதிகம் நிறைந்துள்ளது. இவை எலும்புகளையும், பற்களையும் உறு-திப்படுத்தும்.

பீட்ரூட்:

கால்சியம், சோடியம், பொட்டாசியம் சத்துக்கள் நிறைந்துள்ளன. மலச்சிக்கலைப் போக்கும், இரத்த சோகையை சரிபடுத்தும்.

வெண்டைக்காய்:

போலிக் அமிலம், கால்சியம், பாஸ்பரஸ் நிறைந்துள்ளன. மூளை வளர்ச்சியைத் தூண்டும். நன்கு பசியை உண்டாக்கும். மலச்சிக்கலைப் போக்கும்.

கோவைக்காய்:

வைட்டமின் ஏ, கால்சியம், போலிக் அமிலம், பாஸ்பரஸ், இரும்புச்சத்துக்கள் நிறைந்தள்ளன. வயிற்றுப்புண், வாய்ப்புண், மூல நோயின் தாக்குதல் போன்றவற்றை நீக்கும்.

முருங்கைக்காய்:

வைட்டமின் ஏ, பி, சி, பாஸ்பரஸ், இரும்புச்சத்து நிறைந்துள்ளது. பெண்களுக்கு மாதவிலக்-கின்போது உண்டாகும் அதிக உதிரப்போக்கைத் தடுக்கும். விந்து உற்பத்தியைப் பெருக்கும்.

சுண்டைக்காய்:

புரதம், கால்சியம், இரும்புச்சத்து, கணிசமாக உள்ளது. உணவில் சுண்டைக்காய் சேர்த்து வந்தால் வயிற்றுப் புழுக்களை கொல்லும். உடல் வளர்ச்சியைத் தூண்டும்.

சுரைக்காய்:

புரதம், கால்சியம், இரும்புச்சத்து, பாஸ்பரஸ், வைட்டமின் பி, நிறைந்துள்ளது. இவை உடல் சோர்வை நீக்கி, உடலுக்கு புத்துணர்வைக் கொடுக்கும்.

குடைமிளகாய்:

வைட்டமின் ஏ, பி,சி, கால்சியம், பாஸ்பரஸ், இரும்புச்சத்து, கணிசமாக உள்ளது. அஜீரணக் கோளாறை நீக்கி செரிமான சக்தியை தூண்டும்.

சௌசௌ:

கால்சியம், வைட்டமின் சி, சத்துக்கள் உள்ளன. எலும்பு, பற்களுக்கு உறுதியைக் கொடுக்-கும்.

அவரைக்காய்:

புரதம், நார்ச்சத்து மிகுந்துள்ளது. இவை உடலில் நோய் எதிர்ப்பு சக்தியை அதிகரித்து தேகத்தை பலப்படுத்துகிறது. மலச்சிக்கலைப் போக்குகிறது.

காரட்:

உடலுக்கு உறுதியைக் கொடுக்கும். இரத்தத்தை சுத்தப்படுத்தும்.

கொத்தவரங்காய்:

இரும்புச்சத்து, கால்சியம், பாஸ்பரஸ், வைட்டமின் ஏ, பி, சி நிறைந்துள்ளது. நீரிழிவு நோயைக் கட்டுப்படுத்தும். இரத்தத்தை சுத்தப்படுத்தும்.

கத்தரி பிஞ்சு:

கால்சியம், இரும்புச்சத்து, பாஸ்பரஸ் நிறைந்துள்ளது. செரிமான சக்தியை தூண்டி நன்கு பசியை உண்டாக்கும்.

மாங்காய்

என்ன இருக்கு: நார்ச்சத்து, விட்டமின் ஏ

யாருக்கு வேண்டாம்: சரும நோய், வயிற்றுவலி உள்ளவர்கள் சாப்பிடக்கூடாது. சூட்-டைக் கிளப்பும்.

பலன்கள்: மாங்காய் சாப்பிட்டால் மலக்குடல் புற்றுநோய் வராமல் தடுக்கும். தாது பலம் பெறும். செரிமாணத்தைத் தூண்டி மலக்குடலைச் சுத்தம் செய்யும். பசியைத் தூண்டும்.

அத்திக்காய்

என்ன இருக்கு : விட்டமின் சி, சுண்ணாம்பு மற்றும் இரும்புச் சத்து
யாருக்கு நல்லது : மூலநோய் உள்ளவர்களுக்கு.
பலன்கள் : மாதம் ஒருநாளாவது அத்திக்காய் அவியல் சாப்பிடுவதால் மலக்குடல் சுத்தமா-
கும். மூலநோய் வராமல் தடுக்கும்.

புடலங்காய்

என்ன இருக்கு : உயர்நிலை புரதம், விட்டமின் ஏ, சுண்ணாம்புச் சத்து, கந்தகச் சத்து.
யாருக்கு நல்லது : மூலநோய் உள்ளவர்களுக்கு.
யாருக்கு வேண்டாம் : ஆஸ்துமா, மூட்டுவலி, தலைவலி, சளி மற்றும் காய்ச்சல் உடம்பில்
குத்தல் குடைச்சல் உள்ளவர்கள் சாப்பிடக்கூடாது.

பூசணிக்காய்

என்ன இருக்கு: புரதம், கொழுப்பு
    யாருக்கு வேண்டாம்: ஆஸ்துமா, தலைவலி, சைனஸ் நோயாளிகள், உடல் பருமனான-
வர்கள் சாப்பிடக் கூடாது
யாருக்கு நல்லது: குழந்தைகளுக்கு. மூலச்சூடு நோய் உள்ளவர்களுக்கு மிகமிக நல்லது
பலன்கள்: நரம்புகளுக்கு வலுவூட்டும். வயிற்றுப் புண்களை ஆற்றும். உடல் எடையைக்
கூட்டும். வெண்பூசணியே நல்லது.

வெள்ளரிக்காய்

என்ன இருக்கு: விட்டமின் ஏ, பொட்டாசியம்
யாருக்கு நல்லது: சிறுநீர் பிரியாமல் அவதிபடுபவர்கள், நீரிழிவு நோயாளிகள் வெள்ளரிக்-
காய், வெள்ளரி விதை சாப்பிட உடனடி நிவாரணம் கிடைக்கும்
யாருக்கு வேண்டாம்: ஆஸ்துமா நோயாளிகளுக்கு
பலன்கள்: உடலுக்கு குளிர்ச்சியைத் தந்து சிறுநீர் வெளியேற உதவும்.

பலாக்காய்

என்ன இருக்கு : சுண்ணாம்புச்சத்து
யாருக்கு வேண்டாம் : வாத நோய், அஜீரணக் கோளாறு உள்ளவர்களுக்கு
பலன்கள் : செக்ஸ் உணர்வைத் தூண்டும். போதை நச்சுக்களை முறிக்கும். பால்வினை
நோய்களை மட்டுப்படுத்தும்.

பப்பாளிக்காய்

என்ன இருக்கு : விட்டமின் ஏ, கைபோ பாப்பைன் என்சைம்.

யாருக்கு நல்லது : மூட்டுவலி உள்ளவர்களுக்கும், உடல் எடையை குறைக்க விரும்புபவர்களுக்கும் நீரிழிவு நோயாளிகளுக்கும்

யாருக்கு வேண்டாம் : கர்ப்பிணிப் பெண்கள் முதல் எட்டு வாரங்களுக்கு தவிர்க்கவும்.

களாக்காய்

என்ன இருக்கு : விட்டமின் ஏ, சி.

யாருக்கு நல்லது : மந்தமான பசி, மசக்கை வாந்தி, அதிக பித்த எரிச்சல், பித்த மயக்கத்தால் அவதிப்படுபவர்களுக்கு.

யாருக்கு வேண்டாம் : தொண்டைவலி உள்ளவர்கள் சாப்பிடக்கூடாது.

பலன்கள் : கண் பார்வையைத் தெளிவாக்கும். சாப்பாடு ஏற்கும் திறனை அதிகரித்து, பித்தத்தை கட்டுப்படுத்தும்.

நெல்லிக்காய்

என்ன இருக்கு : விட்டமின் சி, செல்லுலோஸ், கார்போ ஹைட்ரேட், கால்சியம்,பாஸ்பரஸ், இரும்புச் சத்து மற்றும் நிகோடினிக் ஆசிட்

யாருக்கு நல்லது : பிளட் பிரஷர், சர்க்கரை நோயாளிகளுக்கு மிகவும் நல்லது.எல்லோருக்கும் உகந்த அமிர்தக்கனி.

பலன்கள் : இளமையை நீடிக்கச் செய்யும். தலைமுடி, தோல், கண் பார்வையை பாதுகாக்கும். இதயம் நுரையீரலை வலுவூட்டும்.

பீன்ஸ்

என்ன இருக்கு : புரதம், கார்போ ஹைட்ரேட், விட்டமின் ஏ, தாது உப்புகள்.

யாருக்கு நல்லது : ரத்தக் கொதிப்பு, நீரிழிவு நோயாளிகளுக்கு நல்லது.

யாருக்கு வேண்டாம் : குடைச்சல், ஏப்பம், வயிற்று வலி உள்ளவர்கள் தவிர்க்க வேண்டும். ஜீரணத் தொந்தரவு ஏற்படும்.

பலன்கள் : பித்தம் தணியும், பார்வை தெளிவு, சருமப் பளபளப்புக்கு உதவும். வாயு நீக்கும்.

நூல்கோல்

என்ன இருக்கு : சுண்ணாம்புச் சத்து

யாருக்கு நல்லது : ரத்தத்தில் ஹீமோகுளோபின் குறைவாக உள்ளவர்களுக்கு,சர்க்கரை நோயாளிகளுக்கு.

யாருக்கு வேண்டாம் : உப்புச் சத்து அதிகம் உள்ளவர்களுக்கு.

பலன்கள் : ரத்தச் சிவப்பணுக்களை பெருக்கும். ரத்தச் சோகையை நீக்கும்.

முள்ளங்கி (வெள்ளை)

என்ன இருக்கு : நீர்ச்சத்து, கால்சியம், பொட்டாசியம், சுண்ணாம்பு, இரும்புச் சத்து.
யாருக்கு நல்லது : சீறுநீரகக் கல் அடைப்பு, பித்தப்பை கல் உள்ளவர்கள் வாரம் இரண்டு நாள் சாப்பிட்டுவர, கல் கரைந்து வெளியேறும்.
யாருக்கு வேண்டாம் : ஆஸ்துமா நோயாளிகளுக்கு.
பலன்கள் : அதிகம் குளிர்ச்சி தரும். வாயுவை வெளியேற்றும்.

முள்ளங்கி (சிவப்பு)

என்ன இருக்கு : கந்தகம், கால்சியம், விட்டமின் சி.
யாருக்கு நல்லது : ஹைபர் அசிடிட்டி உள்ளவர்களுக்கு.
பலன்கள்: கை, கால், மூட்டு வீக்கத்தைக் குறைக்கும். ரத்தத்தில் யூரிக் ஆசிட் அளவைக் குறைக்கும். மித உஷ்ணம் தரும். சிறுநீரை வெளியேற்றும்.

காலிஃபிளவர்

என்ன இருக்கு : பொட்டாசியம், சோடியம், இரும்பு, பாஸ்பரஸ், மெக்னீசியம், விட்டமின் ஏ, இ.
யாருக்கு நல்லது : புற்றுநோயால் அவதிப்படுபவர்களுக்கு. எதிர்ப்பு சக்தியைத் தரும். புற்று-நோய் வளர்ச்சியை கட்டுப்படுத்தும்.
பலன்கள் : மலச்சிக்கலை போக்கும். உடலை இளைக்கச் செய்யும்.

முட்டைக்கோஸ்

என்ன இருக்கு : சோடியம், இரும்பு பாஸ்பரஸ், கால்சியம், விட்டமின் ஏ, இ.
யாருக்கு நல்லது : சர்க்கரை நோயாளிகளுக்கு மிக நல்லது.
யாருக்கு வேண்டாம் : பனிக்காலத்தில் ஆஸ்துமா நோயாளிகள் சாப்பிடக்கூடாது. கருப்பை-யில் திசு வளர்ச்சி உள்ளவர்கள் சாப்பிடக்கூடாது.
பலன்கள் : ஆண்மைச் சக்தியை ஊக்குவிக்கும். கிரேக்க நாட்டின் அந்தக் கால வயாக்ரா. மலச்சிக்கலை விலக்கிடும். தாது பலம் பெருகும். இளமையை தக்க வைக்கும்.

நார்த்தங்காய்

என்ன இருக்கு : சிட்ரஸ் ஆசிட்
யாருக்கு நல்லது : அஜீரண கோளாறு உள்ளவர்களுக்கு.
யாருக்கு வேண்டாம் : வயிற்றுப்புண் அல்சர் நோயாளிகள் சாப்பிடக்கூடாது.

பலன்கள் : வாயுத் தொல்லையை விலக்கி நெஞ்சுக் கரிப்பை நீக்கும். அதிகப்படியான அமில சுரப்பை கட்டுப்படுத்தும்.

உருளைக்கிழங்கு

பல வகையான கிழங்கு வகைகள் உள்ளன. அதில் முக்கியமான ஒரு கிழங்காகவும், அனைவருக்கும் பிடித்த கிழங்காகவும் கருதப்படுவது உருளைக்கிழங்கு. இத்தகைய உருளைக்கிழங்கை விரும்பாதவர்களே இருக்க முடியாது. உருளைக்கிழங்கு இல்லாத காய்கறியை நினைத்துப் பார்க்க முடிகிறதா? முடியாதல்லவா... உருளைக்கிழங்கு இல்லாத சமையலறையே இருக்காது.

எடை கூடுதல் உருளைக்கிழங்கில் கார்போஹைட்ரேட் அதிகமாகவும் மற்றும் சிறிதளவு புரதமும் நிறைந்துள்ளது. ஆகவே ஒல்லியாக இருப்பவர்களின் எடையை அதிகரிப்பதற்கு, உருளைக்கிழங்கு உறுதுணையாக இருக்கும்.

செரிமானம்,சரும பாதுகாப்பு,கீழ்வாதம்,அழற்சி/வீக்கம்,வாய் புண்,மூளை செயல்பாடு,இதய நோய்கள்,வயிற்றுப் போக்கு,எரிகாயம் உருளைக்கிழங்கின் சாறை, எரிகாயம், சிராய்ப்புகள், சுளுக்கு போன்றவற்றிற்கு சிகிச்சை அளிக்க உபயோகிக்கலாம்.

4

சித்த வைத்தியம்

தோல் நோய்கள் படர்தாமரை தேமல் தீர மருத்துவம்

வேப்பிலை,குப்பைமேனி இலை,சீமை அகத்தி இலை வகைக்கு 30 கிராம் கஸ்த்தூரி-மஞ்சள்தூள் 10 கிராம் நவச்சாரம் 5 கிராம் இவற்றை எலுமிச்சம்பழச் சார் விட்டு அரைத்து பூசி 3 மணிநேரம் கழித்து சீயக்காய் போட்டு குளிக்கவும் நோய் தீரும்வரை செய்து வரவும்.

ஆஸ்த்துமா மூச்சிரைப்பு சளி இருமல் குணம் பெற மருத்துவம்

கனகக சவா அரிஸ்டம் 10 மில்லி 50 மில்லி நீருடன் தினம் இருவேளை உணவுக்கு முன் சாப்பிடவும் வாஸா அரிஸ்டம் 10 மில்லி 50 மில்லி நீருடன் உணவுக்கு பின் சாப்பிட-வும்.தன்வந்திர குடிகா மாத்திரைசுப்பரவடி மாத்திரை தினம் இருவேளை உணவுக்கு பின்ம-தியம் சுவாச குடோரி மாத்திரை 1 வெண்ணிருடன் நோய் தீரும்வரை சாப்-பிடவும் சீதள பதார்த்தம் குளிர்ச்சியான ஆகாரம் நீக்கவும்.

நவமூலமும் தீர மருத்துவம்

பிரண்டை மோரில் 7 முறை பாவணை செய்தது. வெள்ளருகுபாலில் அவித்து உலர்த்-தியது. குப்பைமேனி.நாயுருவி இலை. துத்தி இலை.அம்மான்பச்சரிசி. ஓர் இதழ் தாமரை.மணத்தக்காளி. மாங்கொட்டை பருப்பு - தேற்றான் கொட்டை.சந்தனம். பரங்கி பட்டை. கிழாநெல்லி. கருவேப்பிலை, இசப்பக்கோல் விதை. சப்ஜா விதை. நன்னாரிவேர். பாதாம் பிசின். கடல்பாசி. இவற்றை சம அளவு எடுத்து சூரணம் செய்து சம அளவு பணங்-கற்கண்டு சூரணம் கலந்து ஒரு தேக்கரண்டி அளவு எடுத்து வெண்ணை அல்லது நெய்யுடன் கலந்து தினம் இருவேளை சாப்பிட்டு வர சரியாகும் மது மாமிஷம் அதிக காரம் நீக்கவும்.

முளை மூலத்திற்க்கு வெளியே கட்டும் மருந்து

எருக்கம் பஞ்சு எடுத்து கயிறு திரித்து சேங்கொட்டைபாளைத் தடவி முறை முலமு-ளையில் கட்டிவைக்க அதன் வேர் அறுந்து விழும் உடன் நொச்சி இலையை வதக்கி ஒற்றடம் செய்து தயிறும் அன்னமும் கலந்து வைத்து கட்ட பூரண குணம் ஆகும் முறை 2 வேப்பமுத்தின் பருப்பை நீர் விட்டு அரைத்து சற்று வெதுப்பி வில்லை செய்து 3 நாள் கட்டி வரவேர் அறுந்து புழு விழும் முறை 3 ஆவாரங் கொழுந்தை ஆமணக்கு எண்ணெய் தெளித்துவெதுப்பி ஒற்றடம் செய்து இளஞ்சூடாக இருக்கும் பதத்தில் வைத்து கட்டி வர3 நாளில் வேர் சுருங்கும் கடுப்பு நீங்கும்.

சேற்றுபுண் பாத வெடிப்பு பித்தவெடிப்பு தீர மருத்துவம்

கிளிஞ்சல் சுண்ணாம்பு பவுடர் பெருநெல்லிக்காய் கொட்டை நீக்கியது பச்சையாக இரண்டும் சம அளவுஎடுத்து மசிய அரைத்து காயவைத்து தேவையான அளவு எடுத்து ஆமணக்கு எண்ணெய்யுடன் கலந்து பூசிவர சரியாகும்.

முறை 2

மருதானி இலை

சிலந்தி நாயகம்

நாயுருவி இலை

குப்பைமேனி

அம்மான்பச்சரிசி

நித்யகல்யாணி பூ

நந்தியாவட்டை பூ

மஞ்சள்தூள்,வெற்றிலைக்கு போடும் சுன்னாம்பு இவற்றை சம அளவு எடுத்து தேன் விட்டு அரைத்து பூசிவர பித்தவெடிப்பு சேற்றுபுண் கால் ஆணி தீரும்.

சிரசில் வருகின்ற பீனிசம் 32 க்கும்

நல்லெண்ணெய் தைலம்

மிளகு பலம் 3/4

கரும்சீரகம் பலம் 1/4

கருத்த எள் எண்ணெய் படி 1/2

நாவல் கொட்டை பருப்பு தோடு நீக்கியது எல்லாமருந்தையும் நுணுக்கி எண்ணெயில் போட்டு தைலப்பதத்தில் வடித்து தலை முழுகவும் புளி புகையிலை தள்ளவும்

மேற் சொன்ன நோய்கள் தீரும்.

சகலவாத நோய்கள் காக்கை வலிப்பு குதிரை வலிப்பு தீர மருத்துவம்

சுத்தி செய்த சித்திர மூலவேர்பட்டை நொச்சி வேர்பட்டை மிளகு அரனை வேர்பட்டை இவைகள் வகைக்கு 50 கிராம் எடுத்து உலர்த்தி சூரணம் செய்து அரை தேக்கரண்டி அளவு மருந்தை குளிர்ந்த நீரில் காலை மாலை சாப்பிட்டு வர சகலவாத நோய்கள் தீரும் சுத்தி செய்த கொடி வேலிவேர்பட்டை எருக்கன் வேர்பட்டை சங்கம் வேர்பட்டை குங்கும பூ இவைகளை சம அளவு எடுத்து உலர்த்தி சூரணம் செய்து அரை தேக்கரண்டி அளவு காலை மாலை 3 நாள் சாப்பிட்டு நான்காம் நாள் தலைமுழுகி தயிரும் சாதமும் சாப்பிட வலிப்பு நோய்கள் தீரும்.

அனைத்து வகை மூட்டுவலியும் தீர மருத்துவம்

நாவல் பழச்சாறு 50 மில்லி அன்னாசிபழச்சாறு 50 மில்லி மாதுளை முத்துக்கள் 100 கிராம் மாசிக்காய் சூரணம் 10 கிராம் அனைத்தையும் ஒன்றுகலந்து அரைத்து 60 மில்லி விதம் தினம் 3 வேளை சாப்பிட்டு வர சரியாகும்.

குடல் இறக்கம் ஹெர்னியா குணம் பெற மருத்துவம்

கடுக்காய் தோல் 50 கிராம் வெந்தயம் 100 கிராம் தான்றிக்காய் 50 கிராம் அனைத்தையும் வருத்து சூரணம் செய்து தினம் இருவேளை 2 கிராம் அளவு சாப்பிட்டு வர சரியாகும்.

இரத்தம் அதிகரிக்க விந்து உற்பத்தி அதிகரிக்க மருத்துவம்

காய்ந்த கொத்தமல்லி 50 கிராம் வறுத்த மொச்சை கொட்டை 25 கிராம் வறுத்த உளுந்து 25 கிராம் மிளகு 10 கிராம் இவற்றை ஒன்றுகலந்து அரைத்து தினம் இருவேளை 5 கிராம் அளவு சாப்பிட்டு வரவும்.

போகம் நீடிக்க மருத்துவம்

எள்ளு பூதூதுவளைப்பூ முருங்கை பூ ஜாதிக்காய். ஜாதி பத்திரி, பூனைக்கண் குங்குலியம். சாலாமிசிரி ' கசகசா. இலவங்கபட்டை. கட்டுக் கொடி. தொட்டால் சிலிங்கி..அமுக்குரா நெருஞ்சில். பூனைக்காலி.சதாவேரி. நிலபனங்கிழங்கு. பூமி சக்கரை கிழங்கு, ஓர் இதழ தாமரை.மதனகாமபூசம அளவு சூரணம் செய்து இதன் எடைக்கு சம அளவு பனங்கற்கண்டு சேர்த்து கரணம் செய்து 10 கிராம் அளவு பாலுடன் தினம் இருவேளை சாப்பிட்டு வரவும்.

காக்கை வலிப்பு குதிரை வலிப்பு தீர மருத்துவம்

ஒட்டடை 60 கிராம் கழற்ச்சி பருப்பு 30 கிராம் கடுக்காய் தோல் 20 கிராம் என் 20 கிராம் இவற்றை மசிய அரைத்து 500 மில்லி வேப்ப எண்ணையுடன் கலந்து காய்ச்சி வடிகட்டி தினசரி காலை 10 மில்லி உள்ளுக்கு சாப்பிட்டு உடலிலும் தேய்த்து குளித்து வரவும் சில வாரம் செய்து வரவலிப்புநோய்கள் தீரும் பத்தியம் வெண்ணீர் அன்னம் சாப்பிடவும் உடல் உழைப்பை தவிர்க்கவும்.

தூக்கமின்மை உடல்சோர்வு கைகால் வலி உடல் வலி தீர மருத்துவம்

அமுக்குரா கிழங்கு

கசகசா

ஜாதிக்காய்

ஜடாமாஞ்சில் இவற்றை சம அளவில் எடுத்து சூரணம் செய்து அரை தேக்கரண்டி அளவு எடுத்து 100 மில்லி நீருடன் கலந்து காய்ச்சி 50 மில்லியாக வற்றவைத்து வடிகட்டி 50 மில்லி பாலுடன் கலந்து இரவு உணவுக்கு பின் குடித்து வரவும்.(ஜாதிக்காய் காம போக விருத்தி தரும அதிகம் உன்பதால் தூக்கம் மயக்க உணர்வை தரும்உடல் கழிவுகளை வெளி-யேற்றும் அளவோடு உன்பது நலம்)

சக்கரை நோயினால் வரும் கைகால் பாத எரிச்சல் இரத்த அழுத்தம் B.P குணம் பெற மருத்துவம்

மேல் புரணி நீக்கிய சீந்தில் தண்டு. தொட்டால் சிலிங்கி மருதானி இலை தேற்றான் கொட்டை மருதம்பட்டை செம்பருத்தி பூதாமரை பூ கட்டுக்கொடி சீரகம் சோம்பு வெந்தயம் கருஞ்சீரகம் திரிபலா இவற்றை சம அளவில் எடுத்து சூரணம் செய்து ஒரு தேக்கரண்டி அளவு எடுத்து 300 மில்லி நீரில் போட்டு காய்ச்சி 100 மில்லியாக வற்றவைத்து வடிகட்டி தினம் இருவேளை குடித்து வர சரியாகும்.

முறை 2

படிகார பற்பம். குங்குலிய பற்பம். பூங்காவி பற்பம் ஓர் குண்டுமணி அளவு எடுத்துமோர் அல்லது வென்னையில்கலந்து தினசரி காலை மட்டும் சாப்பிட்டு வர வெள்ளை வெட்டை தீரும்.

மூலிகை பல்பொடி

பற்களில் இரத்தம் வருதல் பல்வலி ஈறு வீக்கம் குணம் பெற நுணாக்காய் 150 கிராம் சோற்று உப்பு 50 கிராம் இவற்றை நீர் சுண்ட வருத்து எடுக்கவும் கடுக்காய் தோல் 150 கிராம் கண்டங்கத்திரி சமூலம் எரித்த சாம்பல் 150 கிராம் மாசிக்காய் 25 கிராம் கடலைமாவு 50 கிராம் சுக்கு 35 கிராம் கிராம்பு 30 கிராம் ஆலம்விழுது 50 கிராம் கருவேலம்பட்டை 100 கிராம் காசுக்கட்டி இந்து உப்புதாளிசபத்திரி மிளகு லவங்கபட்டை பொரித்த படிகா-ரம் கொட்டை பாக்கு சூரத்துநில ஆவாரை திரிபலா வகைக்கு 35 கிராம் அனைத்தையும் இடித்து சலித்து பல்துலக்கி வரவும்.

வாத சூலை கைகால் முடக்கு பக்கவாதம் குணம் பெற மருத்துவம்

புங்கன்வேர் பட்டை 400 கிராம்சங்கன்வேர் 300 கிராம் இவற்றை மசிய இடித்து 8 லிட்டர் நீரில் போட்டு காய்ச்சி ஒரு லிட்டராக வற்றவைத்து வடிகட்டி 30 மில்லி விதம் தினம் இருவேளை 7 நாள் சாப்பிடவும் மேற்படி வேர்கள் வகைக்கு 25 கிராம் வெள்ளாட்டு பால் விட்டு அரைத்து வெள்ளாட்டு பாலுடன் கலந்து சாப்பிடலாம்7 முதல் 15 நாள் சாப்பிட பக்கவாதம் வாதசூலைதீரும் காரசாரமில்லாத எளிய உணவு உட்கொள்ளவும் மது மாமிஷம் புளி நீக்கவும்.

பெண்களின் பெரும்பாடு உதிர பெருக்கு நிற்க

மெழுகுகருஞ்சீரகம் 50 கிராம் இதை வறுத்து பொடித்து எடுக்கவும் காட்டன் கரித்துணி எரித்த சாம்பல் 50 கிராம் இவற்றோடு பனைவெல்லம் தேவையான அளவு சோத்து அரைத்து எலுமிச்சை காய் அளவு தினம் இருவேளை 3 நாள் சாப்பிட சரியாகும் காரசா-ரமில்லாத எளிய உணவு பத்தியம்.

முக வாதம் கணகனப்பு மண்டையிடி பிடரி வலி தும்மல் யாவும் தீரும்

நல்லெண்ணெய் படி 1
வெற்றிலை சாறு படி 1/4
காத்தொட்டி இலை சாறு படி 1/4
நொச்சியிலை சாறு படி 1/4
தகரை இலை சாறு படி 1/4
செம்பொன்னெருஞ்சி சாறு படி 1/4

நன்னாரி வேர் அமுக்கிரா வேர் கோரக்கிழங்கு தேவதாரம் கரும்சீரகம் மிளகு அரத்தை சிறுதேக்கு கிளியூரல் பட்டைபூலாங்கிழங்கு இருவேலி வேர் இவைகள் வகைக்கு 1/4 பலம் வாங்கி அரைத்து மருந்து சாறு இவைகளை எண்ணெயில் போட்டு காய்ச்சி மெழுகு பதத்-தில் வடித்து தலை மூழ்க மேற் சொன்ன நோய்கள் தீரும்.

வயிற்றுபோக்கு பேதி நிற்க மருத்துவம்

வெந்தயம். பெருங்காயம். வெள்ளைபூண்டு இவை வகைக்கு 10 கிராம் முருங்கை ஈர்க்கு 50 இவற்றை சிவக்க வருத்து இடித்து 600 மில்லி நீரில் போட்டு காய்ச்சி 200 மில்லியாக வற்றவைத்து வடிகட்டி 30 மில்லியளவு 3 வேளை குடிக்க எல்லாவகை பேதி கிராணி சரி-யாகும்

முறை 2

இந்து உப்பு 5 கிராம் சீரகம் 10 கிராம் ஓமம் 15 கிராம் சுக்கு 20 கிராம் மிளகு 10 கிராம் கடுக்காய் தோல் 5 கிராம் இவற்றை சூரணம் செய்து திரிகடி அளவு வெண்ணிரில் இரு-

வேளை சாப்பிட சரியாகும் எளிய உணவு பத்தியம்.

எல்லாவகை வயிற்றுபோக்கு கிராணி பேதி நிற்க மருத்துவம்

சுண்டை வற்றல்,கறிவேப்பிலை, மாம்பருப்பு. ஓமம். மாதுளம்பழ தோல்.நெல்லிவற்றல் வெந்தயம் இவை வகைக்கு 50 கிராம் எடுத்துஉலர்த்தி சூரணம் செய்து திரிகடி அளவு மோருடன் சாப்பிட சரியாகும் வசம்பை விளக்கில் சுட்டுகருக்கி சூரணம் செய்து 5 கிராம் எடுத்து தேனில் குழைத்து இருவேளை சாப்பிட சரியாகும் மாதுளம்பழத் தோல் மாம்பருப்புமாசிக்காய் வகைக்கு 50 கிராம் எடுத்து இடித்து நீருடன் கலந்து காய்ச்சி குடிக்க பேதி நிற்க்கும்.

மாதவிடாய் தலைமுழுக்கு பெண்களுக்கு சீராக வர மருத்துவம்

குப்பைமேனிச்சாறு 10 மில்லி சுத்தமான எள் எண்ணெய் 15 மில்லி இரண்டையும் கலந்து 3 நாட்கள் 6 வேளை குடிக்க மாதவிடாய் உண்டாகும் திரளாத பெண்ணும் திரளுவாள்.

முறை 2

வேலிபருத்தி வேர் 25 கிராம் அடுத்து பசும்பால் விட்டு அறைத்து பசும்பாலில் கலந்து தினம் காலை உணவுக்கு முன் 7 நாள் குடிக்க தடைப்பட்ட மாதவிடாய் மீண்டும் சீராக வரும் பருவம் அடையாதவரும் பருவம் அடைவர்.

பெரும்பாடு அதிக இரத்தபோக்கு வெட்டை வெள்ளைசீதபேதி நீர் சுருக்கு குணம் பெற,உடல்சூடு தனிய மருத்துவம்

பூங்காவி100 கிராம். படிகார பற்பம். குங்குலிய பற்பம்.சிலாசத்து பற்பம் இவை வகைக்கு 30 கிராம் இவற்றை ஒன்றுகலந்து கல்வத்தில் போட்டு 3 மணிநேரம் அரைத்து ஒர் குண்டுமணி அளவு வெண்ணையுடன் கலந்து தினம் இருவேளை 3 நாள் சாப்பிட சரியாகும் அல்லது நாவல் மரபட்டை அத்திமரபட்டை மருதாணி இலை இவற்றை சம அளவு எடுத்து இடித்து நீருடன் கலந்து காய்ச்சி வடிகட்டி 100 மில்லி அளவு எடுத்து அதில் மேற்படி மருந்தை குண்டுமணி அளவு கலந்து தினம் இருவேளை 3 நாள் சாப்பிட சரியாகும்.

கருப்பாசய நோய்கள்சூதக கட்டு சூதகவலி சீரற்ற மாதவிடாய் தடை ருதுவாகாதிருத்தல் கணச்சூடு இடுப்பு வலி தீர மருத்துவம்

நிலக்கடம்புச்சமூலம் சூரணம் செய்து 2 கிராம் அளவு எடுத்து பாலுடன் கலந்து தினம் இருவேளை சாப்பிட்டு வர சரியாகும்.

மூசாம்பரமெழுகு

மூசாம்பரம். லவங்கபட்டை சூரணம்.சிவக்க வருத்த அண்ண பேதி இவைகள் வகைக்கு 30 கிராம் அளவு எடுத்து தேன் துளித்துளியாய் விட்டு அறைக்க மெழுகாகும் சுண்டக்காய் அளவு 5 வேளை கொடுக்க மாதவிலக்கு தடைபட்டவர்களுக்கு வந்துவிடும் மாதவிடாய்காலத்து வயிற்றுவலியும் தீரும்.

அக்கினி குமார மாத்திரை

சரக்குகள்:

சு.வாலைரசம்

சு.கந்தகம்

பொரித்த வெங்காரம்

சங்கு பற்பம்

பலகறை பற்பம்

தலா100கிராம்

சுத்திசெய்த நாபி

வெண்மிளகு

தலா300கிராம்

செய்பாகம்:-

மேற் கூறப்பட்ட சரக்குகளைக் கல்வத்தில் போட்டு எலுமிச்சம்பழச் சாறு விட்டு ஒரு சாமம் நன்கு அரைத்து மெழுகு பதத்தில் மிளகு அளவு மாத்திரைகள் செய்து நிழலில் உலர்த்திப் பத்திரப்படுத்துக.

பிரயோகம்:-இந்த மாத்திரையை வேளைக்கு ஒன்றாக தினம் இரு வேளை தேன், இஞ்சி சுரசம் முதலியவற்றில் கொடுக்கவும்.

தீரும் வியாதிகள்:-

அஜீரணம்,சுரம்,சந்நி,குன்மம்,மகோதரம்,பிரமேகம்,வாந்தி-பேதி,காமாலை,பாண்டு,சோகை,சூலை,விஷசுரம் (டைபாயிட்சுரம்) முதலியவை தீரும்.

பத்தியம்:-ரோகத்திற்கு ஏற்றவாறு கடும் பத்தியமாகவாவது இச்சாபத்தியமாகவாவது வைத்தல் நன்று.

ஜோதிரச மாத்திரை என்னும்

(பேதி மாத்திரையாக 3-மாதத்திற்கு ஒரு முறை கொடுத்து வர
எந்த வியாதியையும் வரவொட்டாமல் தடுக்கும்.)

சேரும்சரக்குகள்

உத்தமமுறையில்சுத்தித்த

1)சுக்கு

2)மிளகு

3)திப்பிலி

4)நெல்லிவற்றல்

5)கடுக்காய்

6)தான்றிக்காய்

7)பொரித்த வெங்காரம்

8)வாலைரசம்

9)கெந்தகம்

இவைகள் வகைக்கும் பலம் 1

10)சுத்திசெய்த நேர்வாளம் பலம்1/2

செய்பாகம்:- இவற்றைக் கல்வத்தில் போட்டு பொற்றலைக் கையாந்தகரைச் சாறு வெள்ளைச் சாட்டரணைச் சாறு முதலியவற்றால் ஒவ்வொரு சாமம் அரைத்து மெழுகுபதத்-தில் பட்டாணிபிரமாணம் மாத்திரைகள் செய்து நிழலில் உலர்த்திப் பத்திரப்படுத்துக.

பிரயோகம்:-

பெரியவர்களுக்கு 1-2மாத்திரை

தேகபலம் நோய்பலம் தகுந்தவாறுபொடி செய்து சுக்குக் கியாழத்தில் பனங்கற்கண்டு கூட்டி அதில் போட்டுக் காலை நேரத்தில் ஒரு வேளை கொடுக்கவும்.

குழந்தைகட்கு முன்போல்

1/2 -1மாத்திரை கொடுக்கவும். 4-5 முறை பேதியாகும்.

பேதி சரிவர ஆகாவிடின் மறுமுறை மாத்திரையின் அளவை அதிகப்படுத்திக் கொள்க.

தீரும் வியாதி:-

வாயுக்களைக் கண்டிக்கும் சுரத்தின் பேரில் உள்ள மலசலக் கட்டை உடைக்கும். பேதி மாத்திரையாக 3-மாதத்திற்கு ஒரு முறை கொடுத்து வர எந்த வியாதியையும் வரவொட்டாமல் தடுக்கும்.

பத்தியம்:- பேதி 5-6 முறை ஆகி நின்றவுடன் இச்சாபத்தியமாக ஆகாரம்ஹெ உட்கொள்ளவும்.

சூப்பு சாதம், பருப்பு ரச சாதம் உத்தமம்.

மூலம் இரத்தமூலம் ஆசன கடுப்பு சீதபேதி குணம் பெற

நத்தை ஒடு பற்பம் ஒரு மண்கலயத்தில் ஓம வள்ளி இலைகளை போட்டு அதன் மீது தசை நீக்கிய நத்தை ஒடுகளை பரப்பி அதன்மீது ஓம வள்ளி இலைகளை பரப்பி வாய்மூடி 7 சீலைமண் சுற்றி 50 வரட்டியில் புடமிடபற்பமாகும் இதை ஒரு குண்டுமணி அளவு நெய். வெண்ணையில் கலந்து தினம் இருவேளை சாப்பிட்டு வரவும் மது மாமிஷம் கார உணவு நீக்கவும்.

நீர் எரிவு மார்பு நோய்கபகட்டு வயிற்றுவலி தீர

பல கரைபற்பம் ஓர் மண்கலயத்தில் தேவையான அளவு பல கரைகளை போட்டு அது முழ்க எலுமிச்சம்பழச் சார் விட்டு ஒருநாள் ஊறவைத்து வாய்மூடி சீலைமண் சுற்றி 50 வரட்டியில் புடமிடபற்பமாகும் இதை குண்டுமணி அளவு நெய் அல்லது வெண்ணையுடன் சாப்பிட்டு வரவும்.

சொறி சிரங்கு அரிப்பு கரப்பான் குணம் பெற

கந்தகபற்பம் கந்தகம் 50 கிராம் நெய்யில் உருக்கி ஆவின்பாலில் 10 தடவை சாய்த்தால் சுத்தி ஆகும் அதில் பாதி அளவு கெட்டி மிளகு சேர்த்து 3 மணிநேரம் அரைத்தால் பற்பமாகும் இதில் குண்டுமணி அளவு நெய்யில் தினம் இருவேளை சாப்பிட்டு வர 10 நாளில் மேற்படி நோய்கள் தீரும் புளிப்பு காரம் உப்புநீக்கி பால் தயிர் உணவு உட்கொள்ளவும்.

நித்ய ஆரோக்கியச் சூரணம்

(உடல் ஆரோக்கியமாக இருக்கும் புத்தி தெளிவாக இருக்கும்)

1)..சுக்கு,,

2)..மிளகு,,

3)..திப்பிலி..

மேற்கண்ட மூன்றையும் சுத்தித்து சேர்த்தது..

4)..சீரகம்.. வறுத்து உமிநீக்கி பொடித்தது

5)..சின்ன ஏலரிசி

6).. கொத்தமல்லி விதை,,

7)..ரோஜா மொக்கு,,

8)..கடுக்காய்த் தோல்,,

9)..நெல்லிக்காய் தொக்கு,,

10)..தான்றிக்காய் தோல்,,

மேற்கண்ட 3சிற்றாமணக்கு தைலத்தில் பிரத்தியேகமாக சுத்திசெய்து சேர்த்தது

11)..சூரத்து நிலாவரை,,

சனாய்மக்கி

12)பனங்கற்கண்டு

அனைத்தும் சமனாய் எடுத்து சுத்திசெய்து பின் பொடித்து சல்லித்து பத்திரப்படுத்தவும்...

அளவு

தினமும் இரவு படுக்கும் முன் ஐந்து கிராம் அளவிற்கு பாலில் கலந்து கொண்டு சாப்பிட வேண்டும்..!!

தீரும் நோய்கள்

மலச்சிக்கல்

வாயுபிரச்சனைகள்Gastric troubles

கைகால் குடைச்சல்

இடுப்புநோவு

பாதஎரிச்சல்

வயோதிய புத்திதடுமாற்றம்

மனஅழுத்தம்

அதீதகோபம்

வாதநோய்களில் துணைமருந்தாக பயன்படும்.தோல்நோய்களில் மற்ற மருந்துகளுடன் சேர்த்து சாப்பிட விரைவான நிவாரணம் கிடைக்கும்,எந்த நோய் இல்லாதவர்களும்சாப்பிடலாம்,நித்ய ஆரோக்கியம் பெற்று மனமகிழ்ச்சியுடன் வாழலாம்...சிறு குழந்நைகள் முதல் பெரியர்வர்கள் வரை தினமும் இரவில் அருந்தி வரலாம்.

சிறுநீரக பாதிப்பு யூரியா கிரியேடின் லெவல் சரியாக நீர்அடைப்பு கல் அடைப்பு சதை அடைப்பு தீர உடல் எடை குறைய உடலில் உள்ள கழிவுகள் வெளியேர மருத்துவம்'

சிறு கண் பீளை பூனை மீசை சிறு நெருஞ்சில் பெருநெருஞ்சில் சுரக்காய் கொடிமாவி-லங்கபட்டை மூக்கரட்டை நீர் முள்ளிசமுலம்துத்தி வேர் வெள்ளரி விதை காசினி விதை நத்தை சூரி விதைஆலி விதை லெமன்கிராஸ் முள்ளங்கி விதை வாகை மரபூசரக்கொன்றை புளிதிரிபலாபரங்கி சக்கை மண தக்காளி வற்றல் சோம்பு சிவதை வேர் நரம்பு நீக்கியது சந்-தனம் கருங்காளிசிவ கரந்தை கொட்டை கரந்தை விஷ்னு கரந்தைசோம்பு நாயுருவி வேர் பதிமுகம்பட்டை சிறுகீரை வேர் கிழாநெல்லி அவுரி வேர் இவைகள் வகைக்கு 100 கிராம் கருஞ்ஜீரகம் 25 கிராம்இவைகளை மேற்படி அளவு எடுத்து நிழலில் உலர்த்தி சூரணம் செய்து 200 மில்லி நீரில் ஒரு ஸ்பூன் அளவு போட்டு கொதிக்க வைத்து வடிகட்டி சிறு-நீரக பாதிப்பு யூரியா கிரியேடின் உள்ளவர்கள் காலை இரவு உணவுக்கு முன் குடிக்கவும் 15 முதல் 30 தினம் குடித்து சிருநீரக பரிசோதனை யூரியா கிரியேடின் அளவு பரிசோதனை செய்து தேவைபட்டால்பின் மருந்தை தெடரவும்.

கிட்னிக் கல் நீர் அடைப்பு சதை அடைப்பு உடல் எடை குறைய விரும்புபவர் மேற்படி கசாயத்தில் வெடி உப்பு பற்பம்படி கார பற்பம் வெங்கார பற்பம் இவைகள் ஒவ்வொன்றிலும்

ஓர் அரிசி அளவு எடுத்து மேற்படி கசாயத்தில் கலந்து காலை இரவு உணவுக்கு முன் குடித்து வரவும் பத்தியம் மது மாமிஷ உணவு உடல் உறவு உப்புபுளி இவற்றை நீக்கவும்.

உடலில் உள்ள அசுத்த இரத்தம் சுத்தமடைய

கெட்ட கொழுப்புகள் கரைய சிறுநீரக செயல் இழப்பு கோளாரினால் உடலில் தங்கும் கழி-வுகளை வெளியேற்ற கல்லீரலில் படிந்துள்ள கொழுப்பு கரைய மருத்துவம்

காசினிக் கீரை

ஆவாரம் பூ

குப்பை மேனி

திருநீற்று பச்சிலை

நத்தை சூரி விதை

ஆளி விதை

சியாவிதை

சிறுகண் பீளை

பூனை மீசை

நீர்முள்ளி

நெருஞ்சில்

வெள்ளரி விதை

முள்ளங்கி விதை

மாவிலங்கபட்டை

பரங்கி சக்கை

சுரக்காய் கொடி

துத்தி வேர் கரும்சீரகம்

மூக்கரட்டை சக்தி சாரனை இவைகளை சம அளவில் எடுத்து | சூரணம் செய்து 300 மில்லி நீரில் ஒரு ஸ்பூன் போட்டு கொதிக்க வைத்து 100 மில்லியாக்கி வடிகட்டி காலை மாலை உணவுக்கு முன் குடித்து வர சரியாகும்.

சிறுநீரக கற்கள் பித்த பைகல் கரைய மருத்துவம்

நீர்முள்ளி குடிநீர் சூரணம் SKM,சீறுபீளைச் சூரணம் SKM, நெருஞ்சில் குடிநீர் சூரணம் இம் காப்ஸ் மருதம் பட்டை சூரணம் மாவிலங்கபட்டை இவற்றை சம அளவில் எடுத்து ஒன்று கலந்து இரண்டு ஸ்பூன் அளவு எடுத்து 400 மில்லி நீரில் போட்டு காய்ச்சி 200 மில்லியாக்கி வடிகட்டி அதில் நன் டுக்கள் பற்பம் வெங்கார பற்பம் வெடி உப்பு பற்பம் ஒவ்வொன்றும்ஓர் அரிசி எடை கலந்து காலை மாலை உணவுக்கு முன் குடித்து வரவும் உருக்கு செந்தூரம் ஒரு அரிசி எடை தேனில் கலந்து காலை மாலை உணவுக்கு பின் சாப்பிடவும்.கல் கரைச்சி மாத்திரை 2 இரவு உணவு சாப்பிட்டு ஒரு மணி நேரம் கழித்து சாப்பிட்டு வர 7முதல் 15 நாட்களில் கற்கள் கரைந்து விடும்.

சிறுநீரக கற்கள் பித்த பைகற்கள் கரைய நீர் அடைப்பு சதை அடைப்பு கல்லடைப்பு தீர மருத்துவம்

கீழாநெல்லி தொட்டால் சிலிங்கி இலை சோற்றுகற்றாழை உள் மடல் இதை 7 முறை நீரில்

அலசி எடுக்கவும் முள்ளங்கி விதை சிறு கண் பீளை சிறு நெரிஞ்சில் பெருநெரிஞ்சில் வெள்ளரி விதைபூனை மீசை திரிபலா மூக்கரட்டை துத்தி வேர் கரும்சீரகம்மாவிலங்கபட்டை நீர் முள்ளி இலை வாகை மரபூசரக்கொன்றை புளிபூ சுரக்காய் கொடி சோம்புமண தக்காளி விதை இவைகள் வகைக்கு 10 கிராம் எடுத்து இடித்து 600 மில்லி நீரில் கலந்து கொதிக்க வைத்து 150 மில்லியாகவற் ற வைத்து வடிகட்டி அதில் வெங்கார பற்பம் நண்டு கல் பற்பம் வெடி உப்பு பற்பம் ஒவ்வொன்றும் அனர கிராம் அளவு கலந்து காலை மாலை உணவுக்கு முன் 15 நாள் குடிக்க பித்த பைகற்கள் சிறுநீரக கற்கள் கரைந்து வெளியேறும்.

இதே மருந்தை சிறுநீரக பாதிப்பு யூரியா கிரியேடின் பாதிப்பு உள்ளவர்கள் தொடர்ந்து 48 தினம் சாப்பிட சரியாகும் 48 தினம் சாப்பிட்டு பரிசோதனை செய்து தேவைபடின் தொடர்ந்து சாப்பிடலாம் உணவில் உப்புபுளி மது மாமி ஷம் என்னை உணவுகள் உடல் உறவு நீக்கவும்.

சிறுநீரக சுருக்கம் ., கர்ப பை சுருக்கம் அதிகரித்த சக்கரை அளவை உடனடியாக குறைக்க ஒற்றை மூலிகை மருத்துவம்

கொல்லுக்காய் செடியின் வேர் 25 கிராம் அளவு எடுத்து சுத்தம் செய்து 3 லிட்டர் நீரில் போட்டு காய்ச்சி 100 மில்லியாக வற்றவைத்து காலை 50 மில்லி இரவு 50 மில்லியாக குடித்து வர நோய் தீரும் சிறுநீரக சுருக்கம் கர்ப பை சுருக்கம் சரியாக 48 தினம் சாப்பி-டவும் அதிகரித்த சக்கரை அளவை குறைக்க 3 முதல் 7 நாள் சாப்பிடவும்.

வீக்கத்திற்க்கு மருந்து

நீலி தழையை வாய் பேசாமல் கொண்டு வந்து ஒரு கொட்டை வெள்ளை வெங்காயம் வசம்பும் கூட்டி அரைத்து பிறங்கால் கழுத்து வீக்கம் சந்து வீக்கம் கால் வீக்கம் நிற்க்கும் முறை கைகண்டது.

சகலவிதமான காய்ச்சலும் தீர

அன்னபேதி செந்தூரம்,அன்னபேதி 200 கிராம் எடுத்து ஓர்தட்டில் பரப்பி அதன்மேல் எலுமிச்சம் சார் விட்டு சூரிய ஒளியில் நன்கு காயவைத்து எடுத்து வெள்ளருகு. உத்-தாமணி.குப்பைமேனி,ஆடாதோடா.துளசி,நிலவேம்பு. விஷ்ணுகிரந்தி. ஆடு தீன்டா பாளை இவைகளின் சாறுவிட்டு ஒவ்வொறு நாளைக்கு ஒவ்வொறு சாறுவிட்டு ஒருநாள் மொத்தம் 8 நாள்அரைத்து காயவைத்து மண் குடுவையில் அடைத்து மேல் மூடி போட்டு 7 சீலைமண் செய்து காயவைத்து 50 வரட்டியில் புடமிட்டு எடுத்து அரைத்து புட்டியில் அடைக்கவும் எல்லாவிதமான காய்ச்சல் கிருமி தொற்று அனைத்தும் தீர ஓர் குண்டுமணி அளவு தேனு-டன் கலந்து தினம் இருவேளை விதம் 3 நாள் தர சரியாகும்.

18 வகை தோல் நோய்கள் சொறி சிரங்கு அரிப்பு பத்து படை சொறியாசிஸ் தீர மருத்-துவம்

100 வருடம் சென்ற பூவரசன் மரபட்டை,100 வருடம் சென்ற வேப்பமரத்தின் பட்டை இவற்றை மேல் புரணி நீக்கி உட்பட்டையை வகைக்கு 500 கிராம் அளவு எடுத்து சிறு துண்டுகளாக்கி இடித்து எடுக்கவும் அத்துடன் சிவனார்வேம்பு.பரங்கி பட்டை, வெள்ளருகு. ஆகாச கருடன் கிழங்கு.நாகமல்லி வேர். சர்பகந்தா.

சிறு குறிஞ்சான் வேர்,அவுரிவேர் பிரம்மந்தண்டு,ஆடு தீன்டா பாளை,ஈஸ்வரமூலி,நில-வேம்பு,மலைவேம்பு,மருதானி இலை இவைகள் வகைக்கு 50 கிராம் இவற்றை இடித்து 3 கிலோ ஆமனக்கு எண்ணெய்யுடன் கலந்து காய்ச்சி கடுகு திரளும் பதத்தில் வடிகட்டி எடுத்து தினம் காலை 10 மில்லி அளவு உணவுக்கு முன் குடித்து வர சகலவிதமான தோல் நோய்கள் நீர்கட்டி பைபிராய்டு கட்டி புற்றுநோய் கட்டிகள் கடுவன் இரணம் மேக கிரந்திகை கால் குடைச்சல் அனைத்தும் தீரும் 7 நாள் மருந்து சாப்பிட்டு 7 நாள் இடைவெளிவிட்டு தேவைப்பட்டால் மீண்டும் தரலாம் மது மாமிஷம் நீக்கி சுட்ட புளி வருத்த உப்பு உணவில கரப்பான் உணவு நீக்கவும் எளிய உணவு உட்கொள்ளவும்கடும்

பத்தியம்

முறை 2

பூரம் சுத்தி செய்தது

கந்தகம் சுத்தி செய்தது

கருஞ்சீரகம்

பரங்கி சக்கை இவைகள் வகைக்கு 15 கிராம் எடுத்து கரிசலாங்கன்னி சார் விட்டு அரைத்து பட்டாணி அளவு உருட்டி உலர்த்தி தினம் இரு மாத்திரை விதம் 30 நாள் சாப்பிடவும் பத்தியம் முன்போல்.

பஞ்சரத்தினக் களிம்பு

சரக்கு:

இரசம்

கெந்தி

இலிங்கம்

காந்தம்

வெங்காரம்

இவைகள் வகைக்கு பலம் -1/4

செய்பாகம்:-இவைகளைக் கல்வத்தில் போட்டுப் *பருத்திக்கொட்டைப்பால் விட்டு இரண்டு சாமம் அரைத்துக் குழம்பு பதத்தில் வழித்துக் கோப்பையில் பத்திரப்படுத்துக.

பிரயோகம்:-

இந்தக் களிம்பைக் கால் நகச்சொத்தை,புழுவெட்டு,கொறுக்கு,மதுமேகத்தினால் இலிங்கத்தின் முனைத்தோலில் காணும் வெடிப்பு முதலியவற்றிற்கும் மேற்றடவி வரக் குணமாகும்.

குழந்தைகளுக்குக் காரவுண்டை

சரக்குகள்:

சுக்கு பலம் 1

திப்பிலி 1பலம்

மிளகு 2 பலம்

ஓமம்1பலம்

கருஞ்சீரகம் 1 பலம்

கருப்பு உப்பு1பலம்

சிறுதேக்கு 1பலம்

கிராம்பு 1/2பலம்

கண்டத்திப்பிலி 1பலம்

சீரகம்2பலம்

வாய்விளங்கு 1பலம்

பூண்டு1பலம்

வசம்பு சுட்டகரி1பலம்

சதாப்பு இலை1பலம்

செய்பாகம்:-இவற்றுள் சூரணிக்க வேண்டியவைகளைச் சூரணித்து மற்றச் சரக்குகளுடன் கூட்டிக் கல்வத்தில் போட்டு வெந்நீர் விட்டு 2-3 சாமம் அரைத்து மெழுகு பதத்தில் சுண்டு-விரல் கனமும் அங்குலமும் நீளம் இருக்கும்படி திரட்டி நிழலில் உலர்த்தி வைத்துக்கொள்க.

பிரயோகம்:-இந்தக் காரவுண்டையைக் குழந்தை களுக்கு ஸ்நானம் செய்வித்தவுடன் சந்-தனக்கல்லில் சிறிது முலைப்பால் விட்டு வயதுக்கு ஏற்றவாறு 7-8 உறை உறைத்து முலைப்-பாலில் கலக்கிக் கொடுக்கவும்.

தீரும் வியாதி:-

இது குழந்தைகளுக்குக் காணும் மந்தத்தை நீக்கித் தீபனத்தை அதிகப்படுத்தி நல்லபடி ஆகாரத்தை விரும்பும்படி செய்யும். வாத ரோகத்தையும் சீதள ரோகத்தையும் அணுக வொட்டாது.குடல் இரைப்பை முதலியவற்றின் தோஷத்தை நீக்கி நோயின்றி வளரச் செய்-யும்.குழந்தைகளுக்கு நோய்யெதிர்ப்பாற்றல் அதிகரிக்கச்செய்யும்...

பத்தியம்

குழந்தைகளுக்கு இயற்கையான தாய்ப்பால் அல்லது பசுவின்பால்..

படர்தாமரை தீர மருத்துவம்

சீமை அகத்தி இலை 50 கிராம் நவச்சாரம் 10 கிராம் இவற்றை எலுமிச்சைசார் விட்டு அரைத்து பூசி 3 மணிநேரம் கழித்து சீயக்காய் போட்டு குளித்துவர சரியாகும்.

அருகம் வேர்த் தைலம்

அருகம் வேர் 1 கிலோ அளவில் எடுத்து கழுவி சுத்தம் செய்து சிறு துண்டுகளாக்கி 2 லீட்டர் நீருடன் கலந்து காய்ச்சி ஒரு லீட்டராக வற்றவைத்து அதில் கோரைகிழங்கு. பூமிச்சக்கரை கிழங்கு. அழுக்குரா கிழங்கு இவை வகைக்கு 30 கிராம் அளவு எடுத்து பால் விட்டு அரைத்து அத்துடன நல்ல எண்ணை 1 கிலோ சேர்த்து காய்ச்சி வடிகட்டி

வாரம் ஒருமுறை தலைக்கு தேய்த்து குளித்துவர மூலச்சூடு கபாலச்சூடு தேக காங்கை பித்தம் அரி கிரந்தி வயிற்று எரிவு நெஞ்சுவலி தேகவரச்சி நீர் கடுப்பு தோலவியாதிகள் ஆறாத இரணங்கள் ஆகியவை நீங்கி தேகம் குளிர்ச்சிபெறும்.

குளிர்ச்சி தைலம்

கரிசலாங்கன்னி. பொன்னாங்கன்னி. பொடுதலை.தாமரை பூ.செம்பருத்தி பூ. நெல்லிக்காய், கிழாநெல்லி. வில்வம்.. எலுமிச்சம்பழம். நேத்திரபூண்டு. நந்தியாவட்டை பூ. செம்பருத்தி பூ. பன்னிர் ரோஜா பூ சோற்று கற்றாழை உள்மடல் கருவேப்பிலை, மருதானிஇவைகளின் சார் வகைக்கு 300 மில்லி பசும்பால் ஒரு லிட்டர் நல்லெண்ணை 2 கிலோ கோஷ்டம். அதிமது-ரம். மருக்கொழுந்து. பச்சை பூலாங்கிழங்கு. சென் பக மொட்டு, கடுக்காய்த் தோல் . சீரகம். வெந்தயம் இவைகள் வகைக்கு 30கிராம் எடுத்து தேங்காய்பால் விட்டு அரைத்து எடுத்து

அனைத்தையும் ஒன்றுகலந்து காய்ச்சி வடிகட்டி வாரம் இருமுறை தலைக்கு தேய்த்து குளித்துவர பித்தம் சார்ந்த நோய்கள். காமாலை கண்ரோகங்கள் தீரும் உடல் குளிர்ச்சிபெறும்.

வெள்ளெருக்கம் பூக்குழம்பு

மலர்ந்த வெள்ளெருக்கம்பூ படி 5
சட்டியில் போட்டு 8 படி நீர் வார்த்து 8:1 ஆக எரித்தெடுக்கும் போது
வெள்ளை உள்ளி சாறு படி 1
வேப்பெண்ணெய் படி 1
பின் கல்கம்
பெரும்சீரகம்
கடுகரத்தை
அதிமதுரம்
கோஷ்டம்
வலம்புரிகாய்
வசம்பு
விளாம் பிசின்இவை வகைக்கு 2 காசெடை பொடித்து போட்டு அடுப்பில் ஏற்றி மணல் பதத்தில் எரித்து எடுத்து மெய்(உடல்) எங்கும் பூசிட வாதம் 80 மேல்தரிப்பு சொரி குஷ்டம் வெடி நோய் சன்னி 13 சுரம் யாவும் தீரும்.

விரைவாதம் விரைவீக்கம்குணம் பெற மருத்துவம்

முருங்கை பூ
தொட்டால் சிலிங்கி இலை
தேங்காய் துருவல் இவற்றை சம அளவில் எடுத்து அரைத்து ஆமனக்கு எண்ணெய் விட்டு வதக்கி லேசான சூட்டில் விரையில் வைத்து இரவில் கட்டி காலையில் குளிர்ந்த நீரில் கழுவி வரவும் 7 நாள் செய்ய சரியாகும்.

கழற்ச்சிக்காய் எட்டி கொட்டை இவற்றை சூரணம் செய்து முட்டை வெண்கருவில் குழைத்து தடவி வர விரைவாதம் தீரும் கழற்ச்சிக்காய் சூரணம் ஒரு தேக்கரண்டி மிளகு சூரணம் கால் தேக்கரண்டி பாலில் கலந்து சாப்பிட விரைவாதம் விரைவீக்கம் சரியாகும்.

இரத்த கட்டு வீக்கம் சுளுக்கு தோல் பட்டை வலி மூட்டுவலி குணம் பெற மருத்துவம்

குண்டுமணி இலை. உத்தாமணி இலை.விராளி இலை .முருங்கை இலை இவை வகைக்கு 20 கிராம் மஞ்சள்தூள் 10 கிராம் சுன்னாம்பு 5 கிராம் இவற்றை மசிய அரைத்து நல்லெண்ணையில் வதக்கி கட்டி வர சரியாகும்.

விரைவாதம் தீரதைலம்

மேல்தோல் நீக்கியபூண்டு 15 கிராம்
மிளகு 15 கிராம்
யானை கழற்ச்சிக்காய் உள்பருப்பு 60 கிராம்
பால் பெருங்காயம் 5 கிராம்
வாய்விடங்கம் 5 கிராம் இவற்றை நன்கு அரைத்து 200 மில்லி சிற்றாமணக்கு எண்ணெய்யுடன் கலந்து காய்ச்சி வடிகட்டி இதை 3 பங்காக்கி 3 நாள் சாப்பிட பேதி ஆகும் கடினமாக

இருக்காது மிளகு நீர் அன்னம் பத்தியம் விரைவாதம் விரை நரம்பு தடிப்பு தீரும்.

பீனிஷத்தைலம்

நல்லவேளைப்பூ

சிறுதும்பை பூ

தூதுவளைப்பூ

கண்டங்கத்திரி

கிழாநெல்லி

வில்வம்

ஆடாதோடா

சுத்தி செய்த நேர்வாளம் பருப்பு

வசம்பு

துளசி

கற்பூரவள்ளி

நொச்சி வேர்

திரிகடுகு

இந்து உப்பு

முசுமுசுக்கை

வெள்ளைபூண்டு

திருநீற்றுபச்சிலை

ஒம வள்ளி இவைகள் வகைக்கு 15 கிராம் எடுத்து அரைத்து ஒரு கிலோ நல்லெண்ணையு-டன் கலந்து காய்ச்சி வடிகட்டி மூக்கில் முகந்து உறிஞ்சி வர தலைவலி தலைபாரம் மூக்கில் சீழ்வடிதல் நீர்வடிதல் துர்நாற்றம் நீர் ஒழுக்கு இவைகள் நீங்கும்.

ஆண்மைக் குறைபாடுகள் துரித ஸ்கலிதம் சொப்பன ஸ்கலிதம் தீர போகம் நீடிக்க தேக பலம் பெற நோய் எதிர்ப்பு சக்தி அதிகரிக்கமருத்துவம்

அமுக்குரா கிழங்கு பாலில் வேடுகட்டி அவித்து உலர்த்தியது,பூனைக்காலி பாலில் அவித்து மேல்தோல் நீக்கியது, நிலபனங்கிழங்கு இவைகள் வகைக்கு 300 கிராம் நீர்முள்ளிவித்து,ஓர் இதழ் தாமரை,பூமிசக்கரை கிழங்கு, நெருஞ்சி முள், சதாவேரி கிழங்கு, ஜாதிக்காய், கசகசா,சாலாமிசிரி மதனகாமபூ, சாரா பருப்பு, பாதாம்பருப்பு, பிஸ்த்தா பருப்பு, தொட்டால் சிலிங்கி, கட்டுக்கொடி, திரிகடுகு, வால்மிளகு, சிறுநாகபூ,அத்தி விதை,மாதுளம் விதை, வெள்ளரி விதை, பூசனி விதை,வெங்காய விதை, முள்ளங்கி விதை, வெட் பாளை விதை, முருங்கை விதை,முருங்கை பூ,சந்தனத் தூள்,ஜாதிபத்திரி, குருந்தொட்டிவேர் இவைகள் வகைக்கு 50 கிராம் முருங்கை பிசின், பாதாம் பிசின், கருவேலம்பிசின்,முள் இலவம்பிசின், புரசம் பிசின் இவற்றை வகைக்கு 25 கிராம் எடுத்து பசுவெண்ணையில் வருத்து எடுக்கவும்.

அனைத்து பொருட்களையும் சூரணம் செய்து வெற்றிலைக்கு போடும் சுண்ணாம்பை நீரில் கரைத்து அதன் தெளிவுநீர் ஓர் லீட்டர் அளவு எடுத்து பனைவெல்லம் ஒரு கிலோ கரைத்து வடிகட்டி பாகு காய்ச்சி மேற்படி பொருட்கள் சூரணம் செய்து தூவி கிளறி ஒரு கிலோபசு நெய்விட்டு கிளறி அதில் உலர்ந்த திராட்சை.கொட்டை நீக்கிய கருப்பு பேரிச்-சம்பழம் வகைக்கு 200 கிராம் எடுத்து சிறு துண்டுகளாக்கி போட்டு அத்துடன் குங்குலிய

பற்பம், நண்டு கல் பற்பம்,சிலாசத்து பற்பம், படிகார பற்பம், சிருங்கி பற்பம் வகைக்கு 10 கிராம் பூரண சந்திரோதயம் செந்தூரம்,2 கிராம் பூநாக செந்தூரம் 10 கிராம் போட்டு கிளற-வும் ஆறவிட்டு 600 மில்லி தேன் விட்டு கிளறி பாட்டலில் அடைத்து தினம் இருவேளை சுண்டக் காய் அளவு சாப்பிட்டு வரவும் மது மாமிஷம் போகம் மருந்து முடியும்வரை நீக்கவும் உப்பை வருத்தும் புளியை நெருப்பில் சுட்டும் உணவுக்கு பயன்படுத்தவும் அல்லது தவிர்ப்பது சிறப்பு.

குடல்புண்கள் குடல் எரிச்சல் வாய்புண் சக்கரை நோய் பித்தபை கற்கள் சிறுநீரக கற்கள் தீர மருத்துவம்

கடுக்காய்த் தோல் நெல்லிவற்றல். தான்றிக்காய் தோல் கருங்காளிச்சத்து, வேங்கை சத்து. மாதுளம் தோல்.அம்மான்பச்சரிசி. மனத்தக்காளி வற்றல். மாசிக்காய், அதிமதுரம். முளை-கட்டியவெந்தயம். கசகசா மாங்கொட்டை பருப்பு. இவற்றை சம அளவு எடுத்து சூரணம் செய்து சோற்று கற்றாழை உள்மடல் 7 முறை நீரில் கழுவி தேவையான அளவு எடுத்து அத்துடன் வாழைப்பூ சார் சேர்த்து அரைத்து பட்டாணி அளவு மாத்திரையாக உருட்டி 2 மாத்திரை தினம் இருவேளை நீருடன் சாப்பிட்டு வர சரியாகும்.

திரி விக்கிரமரசச் செந்தூரம்

இரசம் ரூபாயெடை 5

வெள்ளை பாசாணம் ரூபாயெடை 5

அரிதாரம் ரூபாயெடை 5

இந்த சரக்குகளை சுத்தி செய்து ஒன்று சேர்த்து கையாந்தகரை சாற்றில் 12 மணி நேரம் அரைத்து நிழலில் காய வைத்து கனத்த கண்ணாடி சீசாவில் போட்டு வாயை மூடி சீலை-மண் செய்து ஒரு பெரிய சட்டியில் மணல் பரப்பி சீசாவை நடுவில் வைத்து மேலே மணல் போட்டு மூடி தீபாக்னியாக 12 மணி நேரம் எரித்து எடுத்து சூரணித்து வைத்து கொள்ளவும் பெரியவர்கள் அளவு 1/2 குன்றி காலை மாலை

தீரும் நோய்கள்

சன்னி 13 ம் சுவாசகாசம் 5 ம் மற்றும் சயரோகம் யாவும் தீரும்.

மூலநோய்கள் ஆசன வெடிப்பு மூலத்தில் எரிச்சல் வலி குடல் பூச்சிகளால் வரும் வயிற்-றுவலி மலக்கட்டு தீர உடல்சூடு தனிய

சோற்று கற்றாழை உள்மடல் 7 முறை நீரில் கழுவி சுத்தி செய்தது 1 கிலோ. ஆமணக்கு எண்ணெய் 1 கிலோ பனங்கற்கண்டு 1 கிலோ சின்ன வெங்காயச் சார் 500 மி.லி சீரகம் 250 கிராம். வெந்தயம் 100 கிராம் இவற்றை ஒன்றுகலந்து காய்ச்சி வடிகட்டி காலை மாலை 10 மில்லி விதம் சாப்பிட்டு வரவும்.

உடல்சூடு கண் எரிச்சல் கண்ணில் நீரும் பீழையும் வடிதல் பித்தநோய்கள் கண்ணில் சதை வளருதல் கண் இமைக் கட்டி மூலச்சூடு நீங்க கண்களும் மூளையும் குளிர்ச்சி பெற மருத்துவம்

சோற்று கற்றாழை உள்மடல்சார் 1 கிலோ தேங்காய் எண்ணெய் 1 கிலோவிலாமிச்சைவேர், வெட்டிவேர். மகிழம்பூ.சென் பகபூ.செம்பருத்தி பூவேம் பாடம் பட்டை கார்போக அரிசி இவைகள் வகைக்கு 5 கிராம் இவற்றை ஒன்றுகலந்து காய்ச்சி வடிகட்டி தினசரி 10 மில்லி தலைக்கு தடவிவரவும் அல்லது வாரம் இருமுறை தலைக்கு தேய்த்து குளித்து வரவும்.

புழுவெட்டு பொடுகு தீர மருத்துவம்

முறை 1

ஆட்டுதும்மட்டி காய்ச்சார்ஆடு தீண்டா பாளைச் சார்பொடுதலைச் சார் சோற்று கற்றாழைச் சார் இவை வகைக்கு 100 மில்லி தேங்காய் எண்ணெய் 400 மில்லியுடன் கலந்து காய்ச்சி வடிகட்டி தினசரி தலைக்கு தடவி வர சரியாகும்

முறை 2 மிளகு சோற்று உப்புசம அளவு எடுத்து எலுமிச்சை பழச் சார் விட்டு அரைத்து காயவைத்து தேவையான அளவு எடுத்து எலுமிச்சம் சாரில் குழைத்து புழுவெட்டில் பூசி காய்ந்ததும் சீயக்காய் போட்டு குளித்துவர சரியாகும்

முறை 3 கசகசா, பொடுதலை இலை சம அளவு எடுத்து தேங்காய்பால் விட்டு அரைத்து தலையில் பூசி குளித்துவர பொடுகு தீரும்.

பெண்களுக்கு வரும் பெரும்பாடு அதிக உதிர பெருக்கு குணம் பெற மருத்துவம்

அசோகமரபட்டை

அத்திமரபட்டை

நாவல் மரபட்டை

மாதுளம் வேர்பட்டை இவற்றை பச்சையாக எடுத்து இடித்து 24 மணிநேரம் நீரில் ஊறவைத்து காய்ச்சி வடிகட்டி காலை மதியம் இரவு 100 மில்லி விதம் 3 நாள் குடிக்க நாள்பட்ட பெரும்பாடு இரத்தபோக்கு தீரும் முறை 2 கட்டுக்கொடி இலை 7 முறை நீரில் சுத்தி செய்த சோற்று கற்றாழை உள் மடல் பனங்கற்கண்டு இவற்றை சம அளவு எடுத்து-மிக்ஸியில் போட்டு அரைக்க அவ்வா போல் கட்டி போகும் 3 வேளை சாப்பிடவும் .

நீர்கட்டி கர்பபை பைபிராய்டு கட்டிகொழுப்பு

கட்டி புற்றுநோய்க் கட்டி தீர மருத்துவம் வெள்ளருகு.சிறு குறிஞ்சான். நிலவேம்பு‘ மலை-வேம்பு, சிவனார்வேம்பு ஈஸ்வரமூலி. சிறு கண் பீளை திரிகடுகு. கழற்ச்சிக்காய் வேப்பம்-பட்டை சீரகம் சுண்ணாம்பு தெளிவுநீரில் சுத்தி செய்த கொடிவேலி வேர்பட்டை சிவகரந்தை கொட்டைகரந்தை இவற்றைசம அளவு எடுத்து சூரணம் செய்து எலுமிச்சைசார் சோற்றுக்-றாழை உள்மடல் சேர்த்து அரைத்து பட்டாணி அளவு மாத்திரைகளாக உருட்டி உலர்த்தி ஒரு மாத்திரை இருவேளை வெண்ணிருடன் சாப்பிட்டு வர சரியாகும்.

ஒற்றைத் தலைவலி தீர பூண்டுத் தைலம்

ஒருதலை (பல்) பூண்டு - சந்தனத்தூள் - தேவதாரம்-பால் சாம்பிராணி. இவை வகைக்கு 70 கிராம் நல்லெண்ணை 500 மில்லி பூண்டை விழுதாக அரைத்து மற்ற பொருட்களை தனித்தனியாக இடித்து அனைத்தையும் நல்லெண்னையுடன் கலந்து காய்ச்சி வடிகட்டி வாரம் இருமுறை தலைக்கு தேய்த்து குளித்து வரவும் ,சீதள பதார்த்தம் நீக்கவும்.

விந்து நஷ்டம் உடல் பலகீனம் இருதய நோய்கள் இரத்த அழுத்தம் சிறுநீர்கடுப்பு எரிச்-சல்வெட்டை சூடு குணம் பெற மருத்துவம்

ஆவாரம்பூ, தூதுவளைப்பூ,சரகொன்றை பூ,முருங்கை பூ,செம்பருத்தி பூ,எள்ளு பூ,வெண்-தாமரை பூ,துத்தி பூ மருதம்பட்டை இவற்றை சம அளவு எடுத்து சூரணம் செய்து தினம் இருவேளை 5 கிராம் அளவு தேனுடன் கலந்து சாப்பிடவும்.

ஆண் பெண் பிறப்புறுப்க் கோளாறுகள் வெள்ளைபடுதல் கை கால் எரிச்சல் விந்து நீர்த்துபோதல் ஆண்மைக்குறைபாகள் தீரமருத்துவம்

தண்ணீர்விட்டான் கிழங்கு 250 கிராம் நிலபனங்கிழங்கு. பால் முதுக்கன் கிழங்கு நன்னாரி-வேர். நெருஞ்சில் முள் இவை வகைக்கு 50 கிராம் சுக்கு
அதிமதுரம்
ஏலக்காய் இவை வகைக்கு 10 கிராம் மேற்படி பொருட்கள் அனைத்தையும் சூரணம் செய்து
சக்கரை 200கிராம்
தேன் 500 கிராம்
நெய் 200 கிராம் சக்கரையை பாகு செய்து சூரணத்தை போட்டு கிளறி தேன் சேர்த்து இறக்கி ஆறியபின் நெய்யை உருக்கி ஊற்றி கிளறி பாட்டில் அடைத்து காலை மாலை 5 கிராம் சாப்பிட்டு வரவும்.

இரத்த மூலம் தீர உடல்சூடு தனிய மூத்திரசூடு எரிச்சல் வெள்ளைபடுதல் குணம் பெற மருத்துவம்

பாதம் பிசின். சப்ஜா விதை. இசப்பக்கோல் விதை. கசகசா. சீரகம் கடல்பாசி நன்னாரிவேர் இவற்றை சம அளவில் எடுத்து சூரணம் செய்து 2 கிராம் அளவு எடுத்து பாலில் கலந்து குடித்து வர சரியாகும்.

இருதயம் பலம் பெற இருதய படபடப்பு நெஞ்சுவலி இருதய வால்வு அடைப்பு இரத்த அழுத்தம் B.P. தீர தாமரைப்பூ.செம்பருத்தி பூ. ஆவாரம்பூ, பன்னீர் ரோஜா பூ. வேப்பம்பூ கரிசலாங்கன்னி இவை வகைக்கு 100 கிராம் திரிகடுகு 50 கிராம் கருந்துளசி 50 மஞ்சள்-தூள் 10 கிராம் இவற்றை சூரணம் செய்து ஒரு ஸ்பூன் அளவு எடுத்து 300 மில்லி நீருடன் கலந்து காய்ச்சி 100 மில்லியாக வடிகட்டி காலை மாலை 50 மில்லி விதம் குடித்து வரவும்.

சுளுக்கு இரத்த கட்டு வீக்கம் விரைவீக்கம் குணம் பெற

ஓமம்,கழறச்சி இலை, மஞ்சள் இவை வகைக்கு 30 கிராம் அளவு எடுத்து முட்டை வெண்கருவிட்டு அரைத்து காட்டன் துணியில் தடவி பற்று போட்டு வர சரியாகும் முறை 2 ஆளிவிதை, உளுந்து, மஞ்சள், கழற்ச்சி இலை அல்லது கழற்ச்சிக்காய் பருப்பு இவற்றை வகைக்கு 20 கிராம் எடுத்து முட்டை வெண்கருவிட்டு அரைத்து துணியில் பூசி பறறு போட சரியாகும் முறை 3 சக்கரையை அரைத்து சுண்ணாம்பில் குழைத்து பூசிவர சரியாகும்.

ஆண்மைக்கு லேபனத்தைலம்

யானைக் கண்குண்டுமணி 100 கிராம்
அமுக்குரா கிழங்கு 100 கிராம்
எட்டிக்கொட்டை 100 கிராம்
கருஞ்சீரகம் 250 கிராம்
சோற்றுக்கற்றாழை 250 கிராம்
மலைப்பூண்டு 200 கிராம்
எட்டிக்கொட்டையானை கண் குண்டுமணி நீரில் ஒருநாள் ஊறவைத்து இடித்து ஆட்டுப்பால் அல்லது பசும்பால் சேர்த்துவிழுதாக அரைத்து எடுக்கவும் மலைப்பூண்டு தோல் நீக்கிவி-ழுதாகஅரைத்து எடுக்கவும் அழுக்கு ரா கிழங்கு பச்சையாக எடுத்து இடித்து எடுக்கவும் கருஞ்சிரகமும் சோற்று கற்றாழையும் அரைத்து எடுக்கவும் நல்லெண்ணை. பாதாம் ஆயில். ஆலிவ் ஆயில் வகைக்கு 500 மில்லி அனைத்தையும் ஒன்றுகலந்து காய்ச்சி வடிகட்டி தினசரி இரவு உறங்கும் முன்பும் காலையில் குளிப்பதற்க்கு முன் ஆண்குறியியில் தடவி வர

சுயஇன்பத்தால் ஏற்பட்ட பாதிப்பு ஆண்குறித் தளர்ச்சி ஆண்குறி சிறுத்துபோதல் விரைப்புத்தன்மைக் குறைபாடு விந்து முந்துகள் போன்ற குறைபாடுகள் தீரும்.

தைராய்டு குணம் பெற மருத்துவம்

கொத்தமல்லி விதை தனியா 100 கிராம்

சீரகம் 50 கிராம்

சிற்றத்தை 25 கிராம்

திரிகடுகு 25 கிராம்

வால்மிளகு 25 கிராம்

அதிமதுரம் 25 கிராம் தாளிச்சாதி. 25 கிராம்சதகுப்பை 25 கிராம்இவற்றை சூரணம் செய்து ஒரு தேக்கரண்டி அளவு எடுத்து 300 மில்லி நீருடன் கலந்து காய்ச்சி 100 மில்லியாக வற்றவைத்து வடிகட்டி தினம் இருவேளை உணவுக்கு முன் குடித்து வர அதிகரித்ததைராய்டு குணம்பெரும்.

செரியாமை கழிச்சல் கிராணி அக்னி மந்தம் **வயிற்று பொருமல் வயிற்றுவலி வாய்வுத் தொல்லை தீர**

சீரண சஞ்ஜீவி சூரணம்

இந்து உப்பு 10 கிராம் சீரகம் 20 கிராம் ஓமம் 30 கிராம் திப்பிலி 80 கிராம் சுக்கு 50 கிராம் கடுக்காய்த் தோல் 150 கிராம் இவற்றை சூரணம் செய்து 2 கிராம் அளவு வெண்ணிருடன் தினம் 3 வேளை உணவுக்கு பிறகு சாப்பிட்டு வரவும்.

சோகை நரம்புவலி உடல் வலிகை கால் இழுப்பு பித்தஷயம் தீர கிராம்பு சூரணம்

கிராம்பு, சுக்கு, திப்பிலி,இலவங்கபட்டை, சிறுதேக்கு, செவ்வியம், தாளிசபத்திரி, இலவங்கபத்திரி, ஜாதி பத்திரி, அதிவிடயம், தாளிசபத்திரி,சீரகம், மஞ்சள் கரிசலாங்கன்னி

சுண்ணாம்பு தெளிவுநீரில் சுத்தி செய்த சித்திரமூலம் வேர்பட்டை தேற்றான் கொட்டை இவற்றை சம அளவில் எடுத்து சூரணம் செய்து 2 கிராம் அளவு தேனுடன்தினம் இருவேளை சாப்பிட்டு வரவும் வெரிகோஸ்பெயின் குணம் பெற கிராம்பு சூரணத்துடன் நாகபற்பம் 2 குண்டுமணியளவுசேர்த்து சாப்பிட சரியாகும்.

கருப்பை வீக்கம் குணம் பெற மருத்துவம்

அசோகமரபட்டை சூரணம் 100 கிராம்

கழற்ச்சிக்காய் சூரணம் 100 கிராம் மிளகு சூரணம் 50 கிராம்

மருதாணி இலைச் சூரணம் 50 கிராம் இவற்றை ஒன்றுகலந்து ஒரு ஸ்பூன் அளவு எடுத்து 300 மில்லி நீரில் கலந்து காய்ச்சி 100 மில்லியாக வற்றவைத்து வடிகட்டி தினம் இருவேளை உணவுக்கு முன் குடித்துவ கருப்பை வீக்கம் தீரும்.

கருப்பை இறக்கம் குணம் பெற மருத்துவம்

5 வருடத்திற்க்கு முந்தய பழய புளியம்பழம் கொட்டை நார் நீக்கியது5 கிராம் கரிசலாங்கன்னி இலை 30 கிராம் இவற்றை மசிய அரைத்து மோருடன் தினசரி காலை உணவுக்கு முன் 15 நாள் சாப்பிடவும் புற்று மண்ணை இடித்து சலித்து முட்டை வென் கருவிட்டு குழைத்து அடிவயற்றில் பற்று போட்டு 3 மணிநேரம் கழித்து குளிர்ந்த நீரால் சுத்தம் செய்யவும்.

காக்கை வலிப்புகை கால்வலிப்பு குணம் பெற மருத்துவம்

வேப்பிலை, வில்வம் இலை, துளசி இலை இவைகள் ஒரு கைபிடி அளவு எடுத்து ஒரு கடுக்காய்த் தோல் தட்டி சேர்த்து 300 மில்லி நீரில் போட்டு காய்ச்சி 100 மில்லியாக்கி வடிகட்டி காலை மாலை உணவுக்கு முன் 50 மில்லியளவு 48 தினம் உப்பில்லாத பத்தி-யத்துடன் சாப்பிட சரியாகும்.

சக்கரை நோய் குணம் பெற உடல் பலகீனம் இரத்தசோகை தீர கருப்பை குற்றங்கள் பெரும்பாடு தீர எளிய மருத்துவம்

மருதாணி இலையை அரைத்து நெல்லிக்காய் அளவு எடுத்து பழய சோற்றுநீர் நீராகா-ரத்துடன் தினசரி காலை உணவுக்கு முன் சாப்பிட்டு வர சரியாகும்.

விழுதி நெய் என்னும் கற்பநெய்

(கருப்பை சம்பந்தப்பட்ட பூச்சி,புழு,கட்டி கழலைகள் நீக்கி கர்பம் உண்டாகும்)

சேரும்சரக்குகள்:

சிற்றாமணக்கு எண்ணெய்
(இளநீர்சுத்தி)
நாட்டுபசுநெய்
விழுதியிலை தனிச்சாறு
தலா ஒரு லிட்டர் அளவுக்கு
இதில்,
வெண்காரம்
சுக்கு
வசம்பு
மிளகு
திப்பிலி
கோஷ்டம்
ஏலம்
கிராம்பு
இந்த சரக்குகள் தலா 20கிராம் அளவுக்கு எடுத்து
தைலப்பானையில் அனைத்தும் ஒன்று கலந்து சிறுதீயில் மெழுகுபதம் காய்ச்சி வடிக்கட்டி பத்திரப்படுத்தவும்...

அளவு:

வேளைக்கு ஒரு பலம் அளவுக்கு தினமும் மூன்று வேளை மாதவிடாய் காலத்தில் 3நாட்கள் அருந்தினால்....

தீரும் நோய்கள்:

கர்ப்பச்சூலை
கர்ப்பக்கட்டி
நீர்க்கட்டி
சூதகவலி
கர்ப்பபுழுக்கள் ஒழிந்து கர்ப்பம் தரிக்க ஏதுவாகும்.பெண்கள் கர்ப்பை சம்பந்த அனைத்து

நோய்களும் விழுதி கற்பமருந்து சேர்ந்து சாப்பிட குணமாகும்..

விழுதி கற்பம்

பச்சைவிழுதியிலை பத்துகிலோ அளவுக்கு

சுக்கு

மிளகு

திப்பிலி

சீரகம்

அதிமதுரம்

கோஷ்டம்

ஏலக்காய்

வால்மிளகு

கிராம்பு தலா 100கிராம்

நாட்டுபசும்பால் 6/12லிட்டர்

அளவுக்கு கடைசரக்குகள் நன்கு சுத்தித்து பொடித்து ஒரு பெரிய பானையில் அனைத்தும் அடுக்கடுக்காக போட்டு மேல் பசும்பால் ஊற்றி சிறுதீயில் கவனமாக வேகவைத்து பால்வற்றியவுடன் பனை ஓலையில் பரப்பி நன்கு காயவைத்து பொடித்து வஸ்திரகாயம் செய்து பத்திரப்படுத்தவும்...

அளவு:

திரிகடி அளவுக்கு காலை மாலை

வாததேகிகள் பாலிலும்

பித்ததேகிகள் நெய்யிலும்

கபதேகிகள் தேனிலும் ,48நாட்கள் பத்தியத்துடன்அருந்திவர.உடலில் நோய் எதிர்ப்பாற்றல் பெருகும் தேஷஸ் கூடி முகபொழிவுண்டாகும் உடல்கழிவுகள் அகலும் முக்குற்றங்களை சீர்செய்து சமன்படுத்தும்.பெண்களின் கர்ப்பபை பிரச்சினைகள் நீங்கி பலம் அடையும்.நீர்க்கட்டி கர்ப்பபுழுக்கள் நீங்கி கர்ப்பம் தரிக்க ஏதுவாகும்....

பக்கவாதம் மூளையில் இரத்த நாள அடைப்பு மூளைக்கட்டி பிரயின் டியுமர் மூளை வளர்ச்சிக்குறைபாடு வலிப்புநோய்கள் குணம் பெற மருத்துவம்

சீந்தில் தண்டு. வசம்பு. நாயுருவி இலை. கடுக்காய்த் தோல். வாய்விடங்கம். தேற்றான் கொட்டை. பூனைக்காலி விதை' கோஷ்டம். வாள் உளுவை. சங்கம் வேர்பட்டை. தேவதாரு.தாமரை பூ ஆவாரம்பூ - செம்பருத்தி பூ, சங்கு பூமருதம்பட்டை நீர்பிரம்மி' ஏலம். மிளகு தூதுவளைப்பூ. நெல்லிவற்றல், கரிசலாங்கன்னி இவற்றை சம அளவில் எடுத்து சூரணம் செய்து அரை தேக்கரண்டியளவு எடுத்து 200 மில்லி நீரில் போட்டு காய்ச்சி 100 மில்லியாக்கி வடிகட்டி காலை மாலை 50 மில்லி குடித்து வரவும்.

உடலில் இரத்தம் அதிகரிக்க கைகால் பாத எரிச்சல் தீர மருத்துவம்

ஆப்பில் 100 கிராம் கேரட் 100 கிராம் பீட்ருட் 50 கிராம் இவற்றை மேல்தோல் நீக்கி ஜூஸ் போட்டு தினசரி காலை குடித்து வரவும் முறை 2 மேல்தோல் நீக்கியது பீட்ருட் சோற்று கற்றாழை உள் மடல் 7 முறை நீரில் கழுவி சுத்தம் செய்ததுபனைவெல்லம் இவை வகைக்கு100 கிராம் இவற்றை அரைத்து வானலியில் 50 கிராம் நெய் ஊற்றி பீட்ருட்

கற்றாழை போட்டு கிளறி பின் வெல்லம் போட்டு கிளறி இறக்கி நெல்லிக்காய் அளவு 3 வேளை சாப்பிட்டு வரவும் முறை 3 மாதுளம்பழம் ஜூஸ் போட்டு பாலுடன் கலந்து சாப்பிட்டு வரவும்.

நன்னாரி காபி

நன்னாரிவேர் 50 கிராம் ஆவாரம்பூ 50 கிராம் பன்னிர் ரோஜா 50 கிராம் கொத்தமல்லி விதை 10 கிராம் சோம்பு 3 கிராம் இவற்றை நன்கு காயவைத்து இடித்து சலித்து 5 கிராம் அளவு 100 மில்லி நீரில் போட்டு காய்ச்சிபால் சக்கரை சேர்த்து குடித்து வர உடல்சூடு தனியும் உடல குளிர்ச்சி அடையும்.

குறை தைராய்டு குணம் பெற

மஞ்சனத்திமரபட்டை,அசோகாமரபட்டை,கரிசலாங்கன்னி.சீந்தில்தண்டு, இம்பூரல், திரிபலா, மருதம்பட்டை, அமுக்கு.ராசுக்கு. மிளகு. திப்பிலி. நில கடம்பு. இவற்றை சம அளவில் எடுத்து சூரணம் செய்து 5 கிராம் அளவு வெண்ணிரில் தினம் இருவேளை சாப்பிட்டு வர சரியாகும்.

மிகை தைராய்டு குணம் பெற மருத்துவம்

ஆடுதீன் டாபாளை. கருஞ்சீரகம்,சிவகரந்தை, செம்பருத்தி பூ.மோரில் 7 முறை பாவனை செய்த பிரண்டை. முருங்கைமரபட்டை, இலந்தை.சந்தனம். மகிழம்பூ.தாமரை பூ.தனியா கொத்தமல்லி விதை. மந்தாரை மரபட்டை இவற்றை சம அளவில் எடுத்து சூரணம் செய்து 5 கிராம் அளவு வெண்ணிருடன் தினம் இருவேளை சாப்பிட்டு வரவும்.

சிறுநீரகக்கல் கரைய மருத்துவம்

நெருஞ்சில் விதை. சிறுபீளை வேர்.மாவிலங்கம்பட்டை. பேராமுட்டி இவை வகைக்கு 10 கிராம் அளவு எடுத்து இடித்து 500 மில்லி நீருடன் கலந்து காய்ச்சி பாதியாக வற்றவைத்து வடிகட்டி காலை மாலை 7 நாள் சாப்பிட கற்கல் கரையும்.

மூளை பலமடைய லேகியம்

பருத்தி விதைபருப்பு வாதுமை பருப்பு வசம்பு. வாள் உலுவை.தாமரை பூ.சங்கு பூ இவைகள் வகைக்கு 35 கிராம் சாரா பருப்பு கசகசா ஏலக்காய் மூங்கிலுப்பு ஜாதி பத்திரி இவை வகைக்கு 20 கிராம் அனைத்தையும் சூர சூரணம் செய்து 150 மில்லி பன்னீரில் 300 கிராம் சக்கரையை கலந்து பாகு காய்ச்சி சூரணங்களை போட்டு கிளறி பசுநெய் 150 கிராம் சேர்த்து கிளறி தினசரி இருவேளை 10 கிராம் அளவு சாப்பிடவும்.

உடலில் இரத்தம் அதிகரிக்க விந்து ஊற மருத்துவம்

கொத்தமல்லி இலை காய்ந்தது 100 கிராம் மொச்சக்கொட்டை வருத்தது 50 கிராம் மிளகு வருத்தது 10 கிராம் உலுந்து வருத்தது 25 கிராம் அனைத்தையும் சூரணம் செய்து காலை மாலை 10 கிராம் அளவு பாலுடன் 21 நாள் சாப்பிடவும்.

யூனானிச்செந்தூரம்

பூங்காவி50

பொரித்த படிகாரம் 50 கிராம் இவற்றை ஒன்றுகலந்து கல்வத்தில் போட்டு 3 மணிநேரம் அரைக்க செந்தூரம் ஆகும் இதை குண்டுமணி அளவு வெண்ணையுடன் கலந்து சாப்பிட சீதபேதி, வெள்ளைபடுதல். பெரும்பாடு. உடல்சூடு தனியும்.

முடக்குவாதம் ருமாட்டிக் ஆர்த்த்தரைடிஸ் குணம் பெற மருத்துவம்

புங்கன் மரவேர்

மிளகரனை வேர்

நொச்சி வேர்

மாவிலங்கம்பட்டை

சங்கம் வேர்

சுன்னாம்பு தெளிவுநீரில் ஒரு மணிநேரம் ஊறவைத்து உலர்த்திய கொடிவேலி வேர்

வாதநாராயனன் மரபட்டை

மஞ்சனத்திமரபட்டை

முடக்கத்தான் இவற்றை சம அளவில் எடுத்து சூரணம் செய்து சோற்று கற்றாழை உள்மடல் 7 முறை நீரில் கழுவி தேவையான அளவு சேர்த்து அரைத்து சுண்டக்காய் அளவு மாத்திரைகளாக உருட்டி உலர்த்தி தினம் இருவேளை 1 மாத்திரை விதம் குளிர்ந்த நீருடன் சாப்பிட்டு வரவும் மது மாமிஷம் நீக்கவும் உப்பை வருத்தும் புளியை நெருப்பில் சுட்டும் உணவில் பயன்படுத்தவும் அல்லது நீக்குவது சிறப்பு.

முடக்குவாதம் குணம் பெற எண்ணெய் மருத்துவம்

சுத்தி செய்த வீரம் 20 கிராம் எடுத்து 20 நாட்டு கோழி முட்டையின் வென் கருவால் சுருக்கு கொடுக்க வேண்டும் சுத்தி செய்த வெடி உப்பு 20 கிராம் சுத்தி செய்த நேர்வாளம் 20 கிராம் இவற்றை முற்றிய தேங்காய்ப்பால் விட்டு மெழுகுபோல் அரைத்து எடுத்து முற்றிய 7 தேங்காய் துருவி பாலெடுத்து அரைத்து வைத்துள்ள மெழுகை போட்டு காய்ச்ச வேண்டும் நீர் கண்டிய பதத்தில் எண்ணெய்யை வடித்துக்கொள்ளவும் இவ்வெண்ணையை 5 முதல் 10 துளி சக்கரையில் கலந்து தினம் ஒருவேளை மட்டும் கொடுக்கவும் இரண்டு முறை பேதியாகும். மருந்தை அளவு கூட்டியோ குறைத்தோ சூழ்நிலைக்கு ஏற்ப கொடுக்கவும் 10 நாள்கொடுத்து மருந்தை நிறுத்திவிட வேண்டும் தேவைப்பட்டால் 10 நாள் இடைவெளிவிட்டு மீண்டும் தரலாம் முடக்குவாதம் இம்மருந்தால் நிச்சயம் குணம் ஆகும்.மது மாமிஷம் போகம் உப்பு புளி வாய்வு பொருட்கள் நீக்குவது மிக முக்கியம் .

முடக்குவாதம் தீர எளிய மருத்துவம்

புழுங்கல் அரிசிமாவு 100 கிராம்

நொச்சி இலைக்கொழுந்து 50 கிராம்

தேங்காய் துருவல் 100 கிராம் இவறறை ஒன்றுகலந்து புட்டவியல் செய்து இரண்டு பங்காக்கி ஒரு பங்கை துணியில் முடிந்து பாதிக்கபட்ட இடங்களில் ஒத்தடம் தரவும் மற்றொறு பங்கை உள்ளுக்கு சாபிடவும் 7 முதல் 15 நாள் சாப்பிட முடக்குவாதம் சரியாகும் உணவில் உப்பு புளிமா மிஷ உணவு நீக்கவும்.

இரத்த அழுத்தம் குறைய எளிய மருத்துவம்

முருங்கை இலைச்சார் 10 மில்லி விதம் தினம் இருவேளை குடித்து வர சரியாகும் கொழுப்புசத்துள்ள உணவை நீக்கவும் உப்பை குறைக்கவும் முறை 2 ,அமுக்குரா கிழங்கு சூரணம் 5 கிராம் அளவு பாலுடன் தினம் இருவேளை உண்டுவரவும் முருங்கைகீரை அரைக்கீரை இவற்றை சிறிது நெய்விட்டு வெளித்து சாப்பிட்டு வர நரம்பு தளர்ச்சி இரத்த அழுத்தம் குறையும்.

குடிவெறி தனிய குடியை மறக்க குடியால் கெட்டுபோன கல்விரலின் செயல்திறனை ஊக்குவிக்கபான்பராக் புகையிலை பழக்கம் மறக்க மருத்துவம்

கொத்தமல்லி விதை தனியா ஒரு தேக்கரண்டி தோல் நீக்கிய இஞ்சி ஒரு துண்டு கல்கண்டு 2 தேக்கரண்டி இவற்றை 200 மில்லி நீருடன் சேர்த்து கொதிக்கவைத்து வடிகட்டி பால் சேர்த்து குடித்து வர குடிவெறி தனியும் குடியை மறப்பர்.

பச்சை கொத்தமல்லி,கோவை இலை, நீர்முள்ளி இலை, நெருஞ்சில் இலை, கரிசலாங்கன்னி வில்வம்,கிழாநெல்லி, சிறுகீரை வேர் இவற்றை சம அளவு எடுத்து கசாயம் வைத்து வடிகட்டி 200 மில்லி விதம் தினசரி காலை 15 நாள் சாப்பிட கல்லீரல் பாதிப்பு சரியாகும்.

கோரைகிழங்கு, இலைக்கள்ளி வேர்' வசம்பு.சுக்கு இவை வகைக்கு 10 கிராம் எடுத்து இடித்து 300 மில்லி நீருடன் கலந்து காய்ச்சி 150 மில்லியாக வற்றவைத்து வடிகட்டி தினசரி காலை உணவுக்கு முன் குடித்து வர அபினி கஞ்சா பீடி சிகரெட் புகையிலை பான்பராக் குடிபழக்கத்தால் உண்டாண பாதிப்புக்கல் தீரும்.

நெல்லிவற்றல் 100 கிராம் ஒமம் 100 கிராம் இந்து உப்பு 25 கிராம் எலுமிச்சம்பழச்சார் 50 மில்லி இஞ்சிச்சார் 50 மில்லி இவற்றை ஒன்றுகலந்து காயவைத்து எடுத்து சிறிதளவு எடுத்து வாயில் வைத்து சுவைத்து வர பான்பராக் போதை பழக்கம் மறையும்.

வல்லாரை சார் 30 மில்லி காலை மாலை உணவுக்கு முன் குடித்து வர போதை பொருட்களின் நஞ்சுமுறியும்

மாதுளம்பழம் தோலுடன் இடித்து சார்பிழிந்து மிளகுதூள் சேர்த்து குடிக்க குடிவெறி தனியும் .வில்வமரத்தின் வடக்கு வேர் கொத்தமல்லி விதை சீரகம் சோம்பு கோரைகிழங்குசம அளவு எடுத்து சூரணம் செய்து அரைஸ்பூன் அளவு உணவுடன் கலந்து கொடுத்துவர குடியை மறப்பர்.

TB காசநோய் இருமல் சளி ஆஸ்த்துமா தைராய்டு குணம் பெற மருத்துவம்

முசுமுசுக்கை,சிறு செருப்படை இவை வகைக்கு 100 கிராம் எடுத்து பசும்பாலில் வேடு கட்டி அவித்து உலர்த்தி சூரணம் செய்து 200 கிராம் சக்கரை சூரணம் செய்து ஒன்றுகலந்து தினம் இருவேளை திரிகடி அளவு வெண்ணீரில் உட்கொள்ள 3 வாரங்களில் மேற்படி நோய்கள் தீரும் சீதள பதார்த்தம் நீக்கவும்.

உடல்சூடு தனிய வயிற்று கோளாறுகள் ஆண்மை குறைபாடுகள் வெள்ளை வெட்டை மாதவிடாய் கோளாறுகள் சக்கரை நோய் இரத்த அழுத்தம் தீர மருத்துவம்

சோற்றுக்கற்றாழை உள்மடல் 7 முறை நீரில் கழுவி சுத்தி செய்தது 100 கிராம் கொத்தமல்லி விதை. மிளகு. சீரகம். பொரித்த பால் பெருங்காயம் இவற்றின் சூரணம் வகைக்கு ஓர் சிட்டிகை அனைத்தையும் மோருடன் கலந்து ஜூஸ் போட்டு காலை அல்லது மதியம் உணவுக்கு முன் குடித்து வரவும்.

விஷக்கடிகளும் தீர்வு தரும் மூலிகைகளும்

சிறியாநங்கை, பெரியாநங்கை

முறை 1

பாம்பு கடித்தவர்களுக்கு சிறியாநங்கை இலைகளை பறித்து கழுவி அம்மியில் வைத்து அரைத்து கொஞ்சம் கொஞ்சமாக அதன் கசப்பு சுவை தெரியும்வரை உன்ன பாம்பின் விஷம் முறியும்.

முறை 2

சிரியாநங்கை இலை நன்னாரிவேர் சம அளவு எடுத்து அரைத்து கசப்பு சுவை தெரியும்வரை உன்ன பாம்புக்கடி விஷம் முறியும்

முறை 3

பெரியாநங்கை இலைகளை அரைத்து பட்டாணி அளவு காலை மாலை உன்ன பாம்புக்கடி விஷம் தேல். பூரான் கடிவிஷம் அகலும்.

முறை 4

ஆடுதீண்டா பாளைச் சார் எடுத்து 100 மில்லி விதம் உள்ளுக்கு சாப்பிட பாம்புக்கடி விஷம் தீரும். ஆடு தீன்டா பாளை வேர் 5 கிராம் எடுத்து அரைத்து வெண்ணீரில் கலந்து இரு-வேளை குடிக்க பாம்புக்கடி விஷம் தீரும். ஆடு தீன்டா பாளை. வெள்ளருகு. கிழாநெல்லி இவற்றை சம அளவு எடுத்து நிழலில் உலர்த்தி சூரணம் செய்து தேள்கடித்தவருக்கு சிறித-ளவு கொடுக்க விஷம் முறியும்.

ஆடு தீன்டா பாளை இலையை மசிய அரைத்து அறிநெல்லிக்காய் அளவு எடுத்து காய்ச்-சிய வெள்ளாட்டுப்பால் 30 மில்லியுடன் கலந்து வடிகட்டி காலை மாலை 3 நாள் சாப்பிட தேள் பூரான் வண்டுகடி குளவிக்கடி எலி பூனைக்கடிகள் தீரும் இந்த சிகிச்சையை மேற்-கொள்ளும் காலத்தில் மிளகை பால் விட்டு அரைத்து உடலில் பூசி குளிக்கவும் உணவில் உப்பு புளி கடுகு நல்லெண்னை நீககவும் அனைத்து விஷகடிகளுக்கும் இது பொருந்தும்.

வாழை

நாகபாம்பு கடித்த உடன் கடிவாயில் மேலே சற்று தள்ளி இறுக்கமாக கட்டுபோடவேண்டும் அதன் பின்பெறுவிரலால் கட்டுபோட்ட இடத்திலிருந்து கடிவாய் வரைஅழுத்தி இரத்தத்தை வெளியேற்றவேண்டும் இதில் பாதி அளவு விஷம் வெளியேறிவிடும் அதன் பின் வாழை-தண்டுச்சார் அரை டம்ளர் அளவு குப்பைமேனிச்சார் அரை டம்ளர் அளவு எடுத்து ஒன்று-கலந்து குடிக்க பாம்பு கடிவிஷம் தீரும் பாம்புகடித்தவர் பேச்சு மூச்சு இல்லாமல் இருந்தால் அவரை வாழைமரபட்டைகளை அடுக்கி அதன்மேல் படுக்க வைக்க கண்திறப்பார் அதன் பின் வாழை பட்டைச் சார்200 மில்லி உள்ளுக்கு கொடுக்க பாம்பு விஷம் முறியும்.

கார்த்திகை கிழங்குகளை சிறுதுண்டுகளாக்கி உப்பு கலந்த மோரில் 7 நாட்கள் இரவுதோறும் ஊறவைத்து பகலில் உலர்த்திவிட வேண்டும் இதனால் இதன் நஞ்சு அகலும் அதன் பின் பாம்பு கடித்தவருக்கு ஒரு துண்டு விதம் 3 மணி நேரத்திற்க்கு ஒருமுறை தரவும் விஷம் இறங்கியது தெரிந்ததும் நிறுத்திவிட வேண்டும் தேள்கடி விஷத்திற்க்கு ஒரு துண்டுபோதும்

தராசுக்கொடி ஈஸ்வரமூலி

விதி முடிந்தால் வீரியன் பாம்பு கடிக்கும் என்பது பழமொழி ஈஸ்வரமூலி விரியன் பாம்பு கடி விஷத்தை போக்கும்

தராசுக் கொடி ஈஸ்வரமூலி வேர் கொல்லான் கோவை.அப்பக்கோவை கிழங்கு இவைகளை சம அளவு எடுத்து உலர்த்தி சூரணம் செய்து ஒரு ஸ்பூன் அளவு எடுத்து ஒரு ஸ்பூன் அளவு திரிகடுகு சூரணத்தில் கலந்து கொடுக்க வீரியன் பாம்புக்கடி விஷம் தீரும்

தும்பை

பாம்பு கடித்தவர் மயக்கநிலையில் இருந்தால் தும்பை இலையை உப்பு வைத்து கசக்கி அதன் சாற்றை இரண்டு துளி மூக்கிலும் கண்களிலும் விட மயக்கம் தெளியும் பின் தும்பை

இலையை தின்ன கொடுத்து இலையை அரைத்து கடிவாயிலில் பூச பாம்பு கடிவிஷம் தீரும் தும்பை இலைச்சார் 50 மில்லி நல்லெண்ணை 50 மில்லி இவற்றை தனித்தனியாக எடுத்து ஒன்றுகலந்து குடிக்க பாம்புக்கடி விஷம் தீரும் சிலருக்கு வாந்தி வரும் வராவிட்டாலும் பரவாயில்லை

தும்பை இலைச்சார் 50 மில்லி பூனைக்காஞ்சொறிச்சார் 50 மில்லி இவற்றை ஒன்றுகலந்து குடிக்க பாம்புக்கடி விஷம் தீரும்

தும்பை இலையை அரைத்து எலுமிச்சங்காய் அளவு சாப்பிட்டு கொட்டுவாயில் அரைத்த தும்பை இலையை கட்ட தேள்கடி விஷம் தீரும்

அவுரி

அவுரிவேர் அவுரி இலை சம அளவு எடுத்து அரைத்து கசாயம் வைத்து 100 மில்லி அளவு குடிக்க சர்வ விஷகடிகளும் தீரும்.அவுரிவேரை அரைத்து அரை நெல்லிக்காய் அளவு எடுத்து 100 மில்லி காய்ச்சிய பசும்பாலுடன் கலந்து வடிகட்டி குடிக்க பூரான் செய்யான் விஷக்கடி தீரும்.

குப்பைமேனி. பூனை வணங்கி குப்பைமேனி இலையை அரைத்து கடிவாயிலில் பூசி உள்ளுக்கு நெல்லிக்காய் அளவு சாப்பிட தேள் பூரான் வண்டுகடி பூனைக்கடி எலிக்கடி விஷம் தீரும்.குப்பைமேனி இலையை உப்பு வைத்து கசக்கி அதன் சாற்றை உடலில் வலதுபக்கம் கடித்திருந்தால் இடது பக்க காதிலும் இடது பக்கம் தேள்கடித்திருந்தால் வலதுபக்க காதிலும் இரண்டு துளி விட தேள்கடி விஷம் தீரும் இலையை மஞ்சள் சுன்னாம் பு அரைத்து கட்ட விஷம் தீரும் இதையே உடலில் பூசி குளிக்க அரிப்பு தடிப்பு நமச்சல் தீரும் குப்பைமேனி வேரை 25 கிராம் எடுத்து அரைத்து காலை மாலை 3 நாள் சாப்பிட எலி பூனை வண்டு குளவி கடிவிஷம் தீரும்.நாகமல்லி வேர் 25 கிராம் எடுத்து அரைத்து பசும்பால் உடன் கலந்து குடிக்க பாம்புக்கடி விஷம் தீரும்.

நாயுருவி இலைச்சார்பாம்பு கடித்தவர்க்கு 9 நவத்துவாரங்களில் ஓர் துளி விட விஷம் முறியும்

கவிழ்தும்பை சாற்றிலும் இதுபோல் செய்யலாம்

நாய்கடிக்குதேள்கடிக்கு நாயுருவி இலை ஒரு கைபிடி மஞ்சள்தூள் ஒரு ஸ்பூன் அளவு சுன்னாம்பு அரை ஸ்பூன் அளவு ஒன்றுகலந்து அரைத்து கடிவாயிலில் 3 நாள் கட்டி வர சரியாகும்

தேள்கடித்த இடத்தில் வெங்காயத்தை அரிந்து தேய்த்துவிட்டு நவச்சாரம் சுன்னாம்பு குழைத்து பூச தேள்கடி விஷம் தீரும்

விஷகடிகளுக்கு

துருசு 5 கிராம்

கந்தகம் 5 கிராம்

வெடி உப்பு 5 கிராம்

படிகாரம் 10 கிராம் படிகாரத்தை இரும்பு கடாயில் போட்டு உருக்கி பின் துரு சைபோட்டு பின் கந்தகம் போட்டு பின் வெடி உப்பு தூள் போட்டு கிளறி ஓர் அச்சில் நெய் தடவி ஊற்றி எடுக்கவும் தேள்கடித்த இடத்தில் வைக்க ஒட்டிக்கொள்ளும் விஷம் இறங்கியதும் விழுந்துவிடும்

விஷம்தீன் டியது எந்த வகை சர்பம் என தெரிந்துகொள்ளும் முறை

ஆடுதின் டாபாளை வேரை சுவைக்கும்போது இனிப்பு சுவை தெரிந்தால் நல்லபாம்பு கடித்-தது என்றும் உப்புகரித்தால் விரியன் பாம்பு கடித்தது என்றும்

புளிப்பு துவர்ப்பு சுவை தெரிந்தால் விஷம் இல்லாத பாம்பு கடித்தது என்றும் தெரிந்துகொள்-ளவும்

சகல விஷக்கடிகளும் தீர நஞ்சுமுறிவுச் சூரணம்

சிரியாநங்கை, பெரியாநங்கை, சர்பகந்தா வேர்.அவுரிவேர். வென் கொழுஞ்சி வேர்.ஈஸ்வர-மூலி வேர்.நாக

மல்லிவேர். நொச்சி. சிறு தும்பை. சுத்தி செய்த கார்த்திகை கிழங்கு. ஆகாச கருடன் கிழங்கு. ஆடு தீண்டா பாளை வேர். வெள்ளருகு,குப்பைமேனி. கிழாநெல்லி. அப்பக்-கோவை,நாயுருவி. விஷநாராயண சஞ்சிவி. கவிழ்தும்பை. திரிகடுகு இவற்றை சம அளவு எடுத்து சூரணம் செய்து எந்த வகை விஷம் தீண்டிருந்தாலும் ஒருவேளைக்கு 4 சிட்டிகை விதம் ஒரு நாளைக்கு 2 வேளை விதம் 3 நாள் தர சகலவித விஷகடிகளும் தீரும் பாம்பு கடித்த அன்று உறங்க கூடாது உணவில் உப்பு புளி மது மாமிஷம் புகையிலை சேர்க்க கூடாது நான்காம் நாள் உப்பை வருத்தும் புளியை சுட்டும் சீரகம் தேங்காய் எண்ணெய் பயன்படுத்தி ரசம் வைத்து உண்ணவும்.

சகலவிஷங்களுக்கும் சஞ்ஜிவி உருண்டை

சுத்தி செய்ததுருசு துத்தம் மிளகு இவற்றை சம அளவு எடுத்து அதற்க்கு சமஎடை சுத்தி செய்த நேர்வாளம் பருப்பு சேர்த்து எலுமிச்சம் பழச்சாறுவிட்டு 3 நாள் ஊரவைத்து 4ம் நாள் எலுமிச்சம்பழச் சார் விட்டுஅரைத்து பச்சைபயிறளவு மாத்திரைகளாக உருட்டி ஒர் மாத்திரை எடுத்து சிறிது நீர் விட்டு இழைத்து கண்ணில் தீட்டினால் சகலவிஷமும் இறங்கும்

விஷக்கடிகளை இறக்க அனேக மூலிகை மருத்துவமுறைகள் உள்ளதுபோல் கருட மந்தி-ரசித்தி பாம்புக்கடி சித்தியும் உள்ளது விஷம் தீண்டிய வரை நேரில் பார்க்காமல் விஷம் இறக்கும் முறைதாயத்தால் தலை முதல் பாதம் வரை தடவி விஷம் இறக்கும் முறைகள் என பலமுறைகள் உள்ளது.

காலாணி குணம் பெற மருத்துவம்

முறை 1

சர கொன்றை இலை வேர்பட்டை சம அளவு எடுத்து பச்சை கற்பூரம் சேர்த்து அரைத்து கால் ஆணிகளில் பூசிவர சரியாகும்

முறை 2

மருதாணி இலை.அம்மான்பச்சரிசி இலை நாயுருவி இலை. குப்பைமேனி. கிணற்று பாச்சான் இலை சிலந்தி நாயகம் இலைகஸ்த்தூரி மஞ்சள்தூள் இவற்றை சம அளவு எடுத்து சிறிதளவு சுன்னாம்பு சேர்த்து அரைத்து கால் ஆணியில் பூசிவர சரியாகும்.

முறை 3 சிலந்தி நாயகம் வேர் சூரணம் 5 கிராம் அளவு பாலுடன் தினம் இருவேளை சாப்பிட்டு வர காலாணி சரியாகும்.

சிறுத்துள்ள மார்பகங்கள் பெருக்க மருத்துவம்

வெள்ளை குன்றுமணிவேரை பசும் பால் அல்லது வெண்னை விட்டு அரைத்து மார்பகத்தில் பூசிவர பெருக்கும் முறை 2

மாதுளம் தோல் பச்சையாக 500 கிராம் எடுத்து 500 மில்லி கடுகு எண்ணெய்யுடன் கலந்து காய்ச்சி வடிகட்டி தினசரி இரவில் மார்பில் பூசிவர பெருக்கும்
மாதுளம் தோல் ஆமணக்கு எண்ணெய்யுடன் கலந்து காய்ச்சி வடிகட்டி பூசி வர பெருத்த மார்பகம் சிறுக்கும்.

காதுவலி காதில் சீழ்வடிதல் புண்கள்காது மந்தம் இறைச்சல் குணம் பெற மருத்துவம்

நாயுருவி இலைச்சார் 100 மில்லி திருநீற்றுபச்சிலைச்சார் 100 மில்லி சரகொன்றை வேர் 50 கிராம் காட்டு முருங்கை வேர் 50 கிராம் சுக்கு 20 கிராம் இவற்றை இடித்து 500 மில்லி தேங்காய் எண்ணெய்யுடன் கலந்து காய்ச்சி வடிகட்டி தினம் 2 சொட்டு காதில் விட்டு வரவும்.

ஆசனவாய்க் கட்டி மூலம் பவுத்திரம் குணம் பெற மருத்துவம்

குப்பைமேனி இலைச் சூரணம் 50 கிராம் குப்பைமேனி வேர் சூரணம் 50 கிராம் திப்பிலிச் சூரணம் 100 கிராம் இவற்றை ஒன்றுகலந்து ஒரு ஸ்பூன் அளவு எடுத்து நெய் அல்லது வெண்ணெய்யில் கலந்து தினம் இருவேளை சாப்பிட்டு வர சரியாகும் மது மாமிஷம் அதிக காரம் போகம் நீக்கவும்.

குதிகால் வலி அதிகரித்த உப்புசத்து யூரிக் ஆசிட் யூரியா கிரியேடின் குறைய மருத்துவம்

மூக்கரட்டை இலை. கானாம்வாழை இலை' துத்தி வேர்.சாரனை இலை. கருஞ்சீரகம் இவைகள் வகைக்கு 10 கிராம் இவற்றை 400 மில்லி நீரில் போட்டு காய்ச்சி பாதியாக வற்றவைத்து காலை மாலை 100 மில்லி விதம் உணவுக்கு முன்குடித்து வர சரியாகும்.

மலச்சிக்கல் தீர உடல்சூடு தனிய மருத்துவம்

இரவு உணவுக்கு பின் காய்ச்சிய பசும்பாலில் 5 சொட்டு ஆமனக்கு எண்ணைவிட்டு கலந்து குடிக்கவும் கண்ணில் ஒர் சொட்டும். தொப்புளில் 5 சொட்டும் ஆமனக்கு எண்ணெய் விட்டு வரவும்.

தலையில் வரும் புழுவெட்டு நீங்கி முடி முளைக்க மருத்துவம்

ஆடு தீன்டா பாளை இலை சின்ன வெங்காயம் அருகம்புல் இவற்றை சம அளவு பச்சை-யாக எடுத்து நன்றாக மசிய அரைத்து பூச்சி வெட்டிய இடத்தில் அழுத்தி தேய்த்து வர7 நாளில் சரியாகும்.

இளநரை பொடுகுதலை அரிப்புதலை முடி உதிரல் முடி வளர்ச்சி குன்றல் கண் எரிச்சல உடல்சூடு தனிய தைலம்

பொன்னாங்கன்னி
கரிசலாங்கன்னி
கருவேப்பிளை
செம்பருத்தி பூ
கோபுரம் தாங்கி
சின்ன வெங்காயம்
மருதாணி இலை
அவுரி இலை
நெல்லிக்காய்
நீர்பிரம்மி

பொடுதலை
கிழாநெல்லி
முதியார்கூந்தல்
கிணற்று பாச்சான் இலை
சோற்று கற்றாழை
செவ்விளநீர் இவை வகைக்கு 100 கிராம்
கசகசா
வெந்தயம்
அதிமதுரம்
அரைக்கீரை விதை
வெட்டிவேர்
விளாமிச்சம்வேர்
கருஞ்சீரகம் இவைகள் வகைக்கு 50 கிராம்
கஸ்த்தூரி மஞ்சள் 25 கிராம்
பாதாம் ஆயில் 500 மில்லி தேங்காய் எண்ணெய் 2 கிலோ அனைத்தையும் ஒன்றுகலந்து காய்ச்சி வடிகட்டி தினசரி தலைக்கு சிறிதளவு தடவிவரவும்.

மாதவிலக்கு காலங்களில் வரும் வயிற்றுவலி தீர கருப்பை கோளாறுகள் நீங்கி குழந்தை பாக்கியம் பெற மருத்துவம் மூசாம்பரம்,மிளகு. கறிமஞ்சள். கருஞ்சீரகம். கடுகு இவை வகைக்கு 20 கிராம் இவற்றை மண்சட்டியில் போட்டு வறுத்து இடித்து சூரணம் செய்-துபனைவெல்லம் 50 கிராம் சேர்த்து மெழுகுபதம் வரும்வரை சிறிதளவு தேன் விட்டு 3 மணிநேரம் அரைத்து எடுத்து புட்டியில் அடைத்து இதை சுண்டக்காய் அளவு இருவேளை மாதவிலக்கான முதல்நாள் முதல் 5 நாள் தரவும் 5 மாதங்களுக்கு மாதவிலக்காகும் நாளில் தரகருப்பை சுத்தமாகி புத்திர சந்தானம் கிடைக்கும்.

நரம்பு தளர்ச்சி கை கால்தலை நடுக்கம் குணம் பெற மருத்துவம்

அமுக்குரா கிழங்கு பசும்பாலில் வேடுகட்டி அவித்து உலர்த்தியது பூனைக்காலி விதை பாலில் அவித்து மேல்தோல் நீக்கியது பரங்கி சக்கை. அதிமதுரம். வசம்பு. நல்லெண்ணை விளக்கில் சுட்டு கருக்கியது சுக்கு இவற்றை சம அளவில் எடுத்து சூரணம் செய்து ஒரு தேக்கரண்டி அளவு எடுத்து பாலில் கலந்து தினம் இருவேளை சாப்பிட்டு வர சரியாகும்.

வர்மத்தினால் ஏற்படும் நோய்கள் தீர வர்மக் கசாயம்

இலந்தை கொட்டை. நெருஞ்சில். ஒமம். கரிசலாங்கன்னி வசம்பு. ஏலம். உத்தாமணி. கண்-டங்கத்திரி. திரிகடுகு.அதிமதுரம் கோஷ்டம். தேற்றான் வித்து. சிருங்கிகொம்புத்தூள். சிற்-றத்தை. வேம்பு இவைகள் வகைக்கு 10 கிராம எடுத்து இடித்து 2லிட்டர் நீரில் போட்டு காய்ச்சி கால்லிட்டராக வற்றவைத்து குடிக்கவர்மம் விலகும்.

வெள்ளை முடி கருப்பாக மூலிகைச் சாயம் ஹெர்பல் ஹேர் டை

மருதானி இலை
அவுரி இலை
கரிசலாங்கன்னி இவற்றை சம அளவு எடுத்து தரமான தேயிலைத்தூள் கொதிக்கவைத்து இலைகளில் தேவையான அளவு சேர்த்து விழுதாக அரைத்து நாட்டு கோழி முட்டை வென்

கரு சேர்த்து கலந்து தலையில் பூசி ஒரு மணிநேரம் கழித்து குளிக்கவும்.

அஜிரணம் பொருமல் மந்தம் இரைச்சல் கழிச்சல்

எருவாய் மூலநோய் பெருங்கழிச்சல் பேதி தீர மருத்துவம் சுண்டை வற்றல். கருவேப்பிலை, மாங்கொட்டை பருப்பு. ஓமம், நெல்லிவற்றல். மாதுளம்பழத் தோல்.வெந்தயம் இவற்றை சம அளவில் எடுத்து சூரணம் செய்து தினம் இருவேளை 1 கிராம் அளவு வென்னிருடன் சாப்பிட்டு வரவும் .

தோலில் ஏற்படும் ஊறல் அரிப்பு தடிப்பு

அலர்ஜி குணம் பெற மருத்துவம் பழுப்பான பூவரசன் இலை சீமை அகத்தி இலை இவற்றை சம அளவு எடுத்து உலர்த்தி எரித்து அதன் சாம்பலுடன் தேங்காய் எண்ணெய் விட்டு குழைத்து மேலுக்கு பூசிவர சரியாகும் வெள்ளருகு சமூலம் 20 கிராம் மிளகு 5 கிராம் இவற்றை இடித்து 300 மில்லி நீருடன் கலந்து காய்ச்சி பாதியாக வற்றவைத்து காலை மாலை உணவுக்கு முன்த நாள் குடிக்க சரியாகும் .

கல்லீரல் வீக்கம் காமாலை மலக்கட்டு பசியின்மை வயிறு பொருமல் சோபை தீர மருத்துவம்

கிழாநெல்லி. கரிசலாங்கன்னி. முள் சங்கன்வேர் பட்டை.துளசி வகைக்கு 50 மில்லிகிராம் கடுகு ரோகினி 75 மில்லிகிராம் ஆமணக்கு விதை. அதிமதுரம் வகைக்கு 125 மில்லிகிராம் இவைகளை சூரணம் செய்து. அன்னபேதி செந்தூரம் 50 மில்லிகிராம் கலந்து ஜிரோ சைஸ் கேப்சுலில் அடைத்து 2மாத்திரை விதம் தினம் இருவேளை உணவுக்கு பின் சாப்பிட்டு வரவும்.

மார்பு சளி ஆஸ்த்துமா நெஞ்சு வலிமுதுகு வலி தீர தைலம்

ஓமம்100 கிராம் எடுத்து லேசாக வருத்து இடித்து எடுத்து 500 மில்லி நீருடன் கலந்து காய்ச்சி 200 மில்லியாக வற்றவைத்து வடிகட்டி அதில் 500 மில்லி தேங்காய் எண்ணெய் கலந்து காய்ச்சி பதத்தில் இறக்கி பூங்கற்பூரம் 50 கிராம் பொடித்து போட்டு கிளறி பாட்டலில் அடைத்து தேவையான அளவு எடுத்து கழுத்து பகுதி முதுகு பகுதியில் நெஞ்சு பகுதியில் தேய்த்து வர சரியாகும்

வாந்திபேதி தீர எளிய மருத்துவம்

சீரகம் 25 கிராம் எடுத்து 20 மில்லி தேன் விட்டு லேசாக வருத்து அத்துடன் எலுமிச்சம்பழச் சார் 25 மில்லி 100 மில்லி நீருடன் கலந்து காய்ச்சி வடிகட்டி குடிக்க சரியாகும்.

குழந்தைகளுக்கு வரும் அஜீரன வாந்திபேதி நிற்க மருத்துவம்

கறிவேப்பிலை இடித்து பிழிந்த சார் 20 மில்லிகிராம்பு சூரணம் ஒர் சிட்டிகை திப்பிலி சூரணம் ஒர் சிட்டிகை இவற்றை ஒன்றுகலந்து குடிக்க வாந்திபேதி உடனே நின்று நன்கு பசி எடுக்கும்.

குழந்தைகளுக்கு வரும் வயிற்றுவலி மலச்சிக்கல் தீர மருத்துவம்

காக்கட்டான் சங்கு பூவிதைகளை எடுத்து லேசாக வருத்து சூரணம் செய்து வயதுக்கு ஏற்ப கால்ஸ்பூன் முதல் அரைஸ்பூன் அளவு உள்ளுக்கு கொடுக்க சரியாகும்

முறை 2

காய்ச்சிய பசும்பால் 50 மில்லி சுத்தமான ஆமனக்கு எண்ணெய் 3 முதல் 5 துளிவரை கலந்து குடிக்க மலசிக்கல் தீரும்

முறை 3

காக்கணம் வேர் 10 கிராம் திப்பிலி 10 கிராம் விளாம் பிசின் 10 கிராம் சுக்கு 15 கிராம் இவற்றை சூரணம் செய்து நீர் விட்டு அரைத்து மிளகளவு மாத்திரையாக உருட்டி உலாத்தி எடுத்து அரை மாத்திரை முதல் 1 மாத்திரை வரை வயதுக்கு ஏற்ப மாத்திரை அளவை-கூட்டியும் கொடுக்கவும் பாதுகாப்பான பேதி மாததிரை இது

முறை 4

ஆற்றுதும்மட்டிக்காய் எடுத்து நெருப்பில் வாட்டி பிழிந்தச்சார் 50 மில்லிகிராம்பு சூரணம் 15 கிராம் ஓமம் சூரணம் 15 கிராம் இந்து உப்பு 10 கிராம் இவற்றில் ஆற்றுதும்மட்டி காய்ச்சார் சிறுக சிறுக விட்டு அரைத்து பட்டாணி அளவு மாத்திரைகளாக உருட்டி உலர்த்தி 1 மாத்-திரை எடுத்து சக்கரை கலந்த நீரில் சாப்பிட வயிற்று கோளாறுகள் மலச்சிக்கல் நீங்கி நீர் நன்றாக பிரியும்.

மலேரியா காய்ச்சல் வயிற்று உப்பிசம் தீர மருத்துவம்

ஓர் கைபிடி அளவு நொச்சி இலையை எடுத்து அரைத்து 10 மிளகு தட்டிபோட்டு கசாயம் வைத்து வடிகட்டி காலை மாலை இரண்டு நாள் குடிக்க மலேரியா காய்ச்சல் தீரும் முடக்-குவாதம் சாந்தபடும்.

சிறுநீருடன் இரத்தம் கலந்து போதல் சிறுநீருடன் புரதசத்து வெளியேறுதல் குணம் பெற மருத்துவம்

நெருஞ்சில் செடியை வேருடன் எடுத்து நீரில் அலசி இடித்து எடுத்தசார் 30 மில்லி அத்தி-மரபட்டை வெள்ளாட்டு பால் விட்டு இடித்தசார் 30 மில்லி இவற்றை ஒன்று தினசரி காலை உணவுக்கு முன் குடித்து வர சரியாகும்

ஆஸ்த்துமா குணம் பெற மருத்துவம்

தொட்டால் சிலிங்கி வேரை இடித்து பிழிந்த நீர் தேங்காய் திருகி பிழிந்த பால் வகைக்கு 30 மில்லி கலந்து தினசரி காலை 15 நாள் குடிக்க ஆஸ்த்துமா குடல்புண்கள் சரியாகும்.

5

பாட்டி வைத்தியம்

1. பசி உண்டாக

புதினா சாறு 1 பங்கு, எலுமிச்சம் பழச்சாறு 3 பங்கு கூட்டி கொஞ்சம் சர்க்கரை சேர்த்துக் கொள்ளவும்.

2. நெஞ்சு சளி

தேங்காய் எண்ணையில் கற்பூரம் சேர்த்து நன்கு சுடவைத்து ஆர வைத்து நெஞ்சில் தடவ சளி குணமாகும்.

3. தலைவலி

ஐந்தாறு துளசி இலைகளும் ஒரு சிறு துண்டு சுக்கு, 2 லவங்கம், சேர்த்து நன்கு அரைத்து நெற்றியில் பற்றாகப் போட்டால் தலைவலி குணமாகும்.

4. வயிற்று வலி

வெந்தயத்தை நெய்யில் வறுத்து பொடி செய்து மோரில் குடிக்க வயிற்று வலி நீங்கும்.

5. அஜீரண பேதிக்கு

மிளகை வறுத்துப் பொடி பண்ணி திரிகடி பிரமாணம் தேனில் கொள்ளத் தீரும்.

6. சீதபேதி

மலை வாழைப்பழத்தை நல்லெண்ணையில் சேர்த்துச் சாப்பிட சீதபேதி குணமாகும்.

7. வண்டுகடிக்கு

வெட்பாலை இலை, கொடி, வேர் முதலிய சமூலம் அரைத்த விழுது எலுமிச்சங்காயளவு எடுத்து ½ படி பசுவின் பாலில் கலந்து சாப்பிடவும். 3 நாள் காலையில் சாப்பிடக் கரப்பான், வண்டுக்கடி இவை நீங்கும்.

8. பித்தம் குறைய

4 அல்லது 5 வெங்காயத்தை உரித்து அதோடு சிறிது வெல்லத்தைச் சேர்த்து அரைத்து சாப்பிட்டு வர பித்தம் குறையும்.

9. இருமல் தீர

இலவங்கப்பட்டை ஒன்றரை பலம் வால்மிளகு கால் பலம் பொடித்து 3 வேளை நெய்யில் கலந்து சாப்பிட இருமல் தீரும்.

10. மூக்கடைப்பு

ஒரு துண்டு சுக்கை தோல் நீக்கி அரை லிட்டர் நீரில் போட்டு சுண்டக் காய்ச்சி, பால், சர்க்கரை சேர்த்துக் காலை, மாலை சாப்பிட்டு வர மூக்கடைப்பு விரைவில் நீங்கும்.

11. வரட்டு இருமல்

எலுமிச்சம் பழசாறு, தேன் கலந்து குடிக்க வரட்டு இருமல் குணமாகும்.

12. தொண்டை கரகரப்பு

சுக்கு, பால் மிளகு, திப்பிலி, ஏலரிசி ஆகியவற்றை வறுத்து பொடி செய்து தேனில் கலந்து சாப்பிட தொண்டை கரகரப்பு குணமாகும்.

13. சேற்று புண்ணிற்கு

மருதாணி இலையை அரைத்து பூச குணமாகும்.

14. சீதபேதிக்கு

நாட்டுச் சர்க்கரையும், நெய்யும் கலந்து சாப்பிட தீரும்.

15. முடி உதிர்வதை தவிர்க்க

நன்கு முற்றிய தேங்காயை சிறிது தயிர்விட்டு அரைத்து தலைக்கு தேய்த்துக் குளித்தால் முடி உதிர்வதைத் தவிர்க்கலாம்.

16. வேர்க்குரு நீங்க

சந்தனத்தை பன்னீரில் அரைத்து பூசலாம்.

17. நெருப்பு சுட்ட புண்ணிற்கு

வெந்தயத்தை நீர்விட்டு அரைத்து மேற்பூச்சாக பூச எரிச்சல் தணிந்து ஆறும்.

18. தேமல் மறைய

கருங்சீரகத்தை எண்ணெய்விட்டு கருக வறுத்து அதனை காடி விட்டரைத்து பூச சொறி, தேமல் குறையும்.

19. தொண்டை நோய்க்கு

கடுகை குடிநீர் செய்து தேன்விட்டு உள்ளுக்கு கொடுக்க தொண்டை நோய் நீங்கும்.

20. பொடுகு குணமாக

வெள்ளை மிளகு (அ) நல்ல மிளகை பாலில் அரைத்து தலைக்குத்தடவி குளித்து வந்-தால் பொடுகு வராது.

21. உடல் பருமன் குறைய

ரோஜாப்பூ, வெள்ளை மிளகு, சுக்கு ஆகியவற்றை தலா 50 கிராம் எடுத்து அரைத்து காலை மற்றும் மாலை இரு வேளை சாப்பிட உடல் பருமன் குறையும்.

22. முகப்பரு நீங்க

சாதிக்காய், சந்தனம் மற்றும் மிளகு ஆகியவற்றை அரைத்து முகத்தில் தடவி வர முகப்-பரு குறையும்.

23. முதுகு வலி நீங்க

பவழ மல்லியின் இலையை மண் சட்டியில் போட்டு வதக்கி 2 டம்ளர் தண்ணீர் விட்டு அது 1 டம்ளர் ஆகா குறையும் வரை கொதிக்க வைத்து காலை மற்றும் மாலை குடித்து வர முதுகு வலி குறையும்.

24. நீரிழிவு நீங்க

தொட்டாற்சுணுங்கி இலையையும், வேரையும் உலர்த்திப் பொடித்து பாலில் 4-8 கிராம் சேர்த்துக் கொடுக்க நீரிழிவு நீங்கும்.

25. வாய் நாற்றம்

சட்டியில் படிகாரம் போட்டு காய்ச்சி ஆறவைத்து அதனை ஒரு நாளைக்கு மூன்று வேளை வாய் கொப்பளித்து வந்தால் வாய் நாற்றம் போகும்.

26. வீக்கத்திற்கு ஒற்றடம்

நொச்சி இலையை வதக்கி ஒற்றடமிட வீக்கம், கீல்வாயு தீரும்.

27. தொடர் விக்கல்

நெல்லிக்காய் இடித்து சாறு பிழிந்து, தேன் சேர்த்து சாப்பிட்டால் தொடர் விக்கல் தீரும்.

28. அஜீரணம்

ஒரு டம்ளர் தண்ணீரில் கருவேப்பிலை, இஞ்சி, சீரகம், மூன்றையும் கொதிக்க வைத்து ஆறவைத்து வடிகட்டி குடிக்க அஜீரணம் சரியாகும்.

29. பித்த வெடிப்பு

கண்டங்கத்திரி இலைசாறை ஆலிவ் எண்ணையில் காய்ச்சி பூசி வந்தால் பித்த வெடிப்பு குணமாகும்.

30. தேமல்

வெள்ளை பூண்டை வெற்றிலை சேர்த்து மசிய அரைத்து தினமும் தோலில் தேய்த்து குளித்து வர தேமல் குணமாகும்.

31. தீப்புண்

வாழைத் தண்டை சுட்டு அதன் சாம்பலை தேங்காய் எண்ணையில் கலந்து தடவி வர தீப்புண், சீழ்வடிதல் மற்றும் காயங்கள் விரைவில் குணமாகும்.

32. மூலம்

கருணைக் கிழங்கை சிறுதுண்டுகளாய் நறுக்கி துவரம் பருப்புடன் சேர்த்து, சாம்பாராக செய்து சாப்பிட்டு வர மூலம் குணமாகும்.

33. மூச்சுப்பிடிப்பு

சூடம், சுக்கு, சாம்பிராணி, பெருங்காயம் இவைகளை சம அளவு எடுத்து சேர்த்து வடித்த கஞ்சியில் கலக்கி மறுபடியும் சூடுபடுத்தி மூச்சுப்பிடிப்பு உள்ள இடத்தில் மூன்று வேளை தடவினால் குணமாகும்.

34. உதட்டு வெடிப்பு

கரும்பு சக்கையை எடுத்து எரித்து சாம்பலாக்கி, அதனுடன் வெண்ணெய் கலந்து உதட்டில் தடவி வர உதட்டு வெடிப்பு குணமாகும்.

35. வாயு தொல்லை

வேப்பம் பூவை உலர்த்தி தூளாக வெந்நீரில் உட்கொள்வதினால் வாயுதொல்லை நீங்கும். ஆறாத வயிற்றுப்புண் நீங்கும்.

36. பால் சுரக்க

பால் சுரக்கவும், பால் கட்டி உண்டாகும் முலை வீக்கத்தை கரைக்கவும் வெற்றிலையைத் தணலில் வாட்டி அடுக்கடுக்காக வைத்துக் கட்டலாம்.

37. தழும்பு மறைய

வேப்பம்பட்டைக் கியாழத்தைக் கலக்கி அதில் வரும் நுரையை தடவி வரலாம்.

38. புழுவெட்டு குணமாக

அரளிச் செடியின் பாலை புழுவெட்டுள்ள இடங்களில் தடவி வர மயிர் முளைக்கும்.

39. நகச்சுற்று குணமாக

வெற்றிலையுடன் கற்சுண்ணாம்பு சேர்த்தரைத்து சீழ்கோர்த்த நகச்சுற்றுக்கு பூசலாம்.

40. வாயு கலைய

வெள்ளைப் பூண்டின் மேல் தோலை அகற்றி பசும்பாலில் இட்டு காய்ச்சி அருந்த வாயு கலையும்.

41. குடற்புண்

மணத்தக்காளி கீரையைச் சமைத்தோ, மணத்தக்காளிப் பழத்தை வற்றல் செய்து உணவு- டன் சேர்த்து தினந்தோறும் உண்டுவர வயிற்றுப்புண் குணமாகும்.

42. தோலில் ஊறல், தடுப்பு இவற்றிற்கு

ஏலரிசி பொடியை வல்லாரை இலைச்சாறு விட்டு அரைத்து காயவைத்து பின் கொட்- டைக் கரந்தையை நிழலில் உலர்த்தி பொடித்து, இரண்டையும் சேர்த்து ஒன்றாக கலந்து வேளை 2 கிராம் வீதம் 3 வேளை உண்ண வேண்டும்.

43. பால் உண்டாக

ஆலம் விழுதும், ஆலம் விதையும் சமன் கொண்டு பாலில் காய்ச்சி உண்டால், பாலில்- லாத பெண்களுக்கு பால் உண்டாகும்.

44. நீர்க்கடுப்பு எரிவு தீர

எலுமிச்சம் பழச்சாறும், நல்லெண்ணெய்யும் கலந்து சாப்பிட நீர்க்கடுப்பு, எரிவு தீரும்.

45. இரத்த சிறுநீருக்கு

மாதுளம்பூ, கசகசா, வேம்பு, இவைகளை சூரணித்து 3 தடவை 5 மிளகளவு பாலுடன் கொடுக்க இரத்த சிறுநீர் குணமாகும்.

46. தொண்டை புண்ணிற்கு

நவாச்சாரத்தை கோழிமுட்டை வெண்கருவில் அரைத்து தொண்டைக்குழியில் தடவ தீரும்.

47. கைநடுக்கம் தீர

தூதுவளையை மைபோல அரைத்து சுண்டைக்காய் அளவு காலைமாலை பசும்பாலில் 15 நாள் சாப்பிட தீரும்.

48. உடல் எடை அதிகரிக்க

பூசினிவித்தின் பருப்பை எடுத்து பொடித்துக் காய்ச்சிய பாலில் கலந்து சாப்பிட்டு வந்தால் உடல் எடை கூடும்.

49. தாய்ப்பால் சுரக்க கீரை

கோவை இலையை நெய்யில் வதக்கி, வெள்ளைப் பூண்டு சேர்த்து வதக்கி, கால் வயிறு கீரை, காலையில் உண்டு விட்டு ஆகாரம் சாப்பிடவும். இவ்வாறு 3 நாள் செய்ய பால் சுரக்கும்.

50. முகப்பொலிவிற்கு

உலர்ந்த ரோஜா இதழ்களுடன் சிறிது பன்னீரும் சந்தனமும் அரைத்து முகத்தில் தடவ தோலின் நிறம் பொலிவு பெறும்.

51. பல் ஈறு, வீக்கம், வலிக்கு

கிராம்பு, கற்பூரம், ஓமம் எடுத்து நன்றாகத் தட்டி வீக்கம் உள்ள ஈறுகளில் வைத்து சிறிது நேரம் சென்றபின் வாய் கொப்பளிக்க பல் ஈறு, வீக்கம் தீரும்.

52. படர்தாமரைக்கு

அறுகம்புல்லும், மஞ்சளும் சேர்த்து அரைத்து படர்தாமரையில் பூச தீரும்.

53. மயக்கம் நீங்க

ஏலக்காய் 1 பங்கு, பனைவெல்லம் ½ பங்கு சேர்த்து, எட்டுப்பங்கு நீர்விட்டுக் காய்ச்சி கொடுக்க பித்த மயக்கம் நீங்கும்.

54. மாதவிடாய் சோர்வு

கோதுமை கஞ்சியை மாதவிடாய் இருக்கும் காலங்களில் சாப்பிட்டு வந்தால், உடற்-சோர்வு நீங்கி பலம்பெறும்.

55. ஆண்மை பெறுக

தேங்காய் பால் அடிக்கடி சாப்பிட்டு வர ஆண்மை பெருகும், தாது விருத்தியாகும்.

56. நரம்பு தளர்ச்சி

அத்திபழம் தினந்தோறும் 5 சாப்பிட்டு வர நரம்பு தளர்ச்சி சரியாகும்.

57. கக்குவான் இருமல்

வெற்றிலைச் சாறுடன், தேன் கலந்து கொடுத்தால் குழந்தைகளுக்கு வரும் கக்குவான் இருமல் குணமாகும்.

58. பல்லில் புழுக்கள்

சிறிது வேப்பங்கொழுந்து எடுத்து, நன்றாக பற்களின் எல்லாப் பகுதியிலும் படும்படி மென்று சாப்பிட வேண்டும்.

59. அல்சர்

சோற்றுக் கற்றாழையின் நடுப்பகுதியைப் பிளந்து அதன் கசப்பான சாற்றை மோரில் கலந்து தினம்தோறும் உண்டு வந்தால் அல்சர் போன்ற நோய்கள் குணமாகும். மேலும் உடலில் இளமைத் தன்மை அதிகரிக்கும்.

60. சர்க்கரை நோய்

சர்க்கரை நோய் கட்டுப்பட வெந்தயத்தைப் அரைத்து தினம்தோறும் ஒரு கரண்டி சுடுநீ-ரில் கலந்து சாப்பிட்டு வர வேண்டும். மேலும் சிறியாநங்கை, பெரியாநங்கையின் சாற்றையும் பயன்படுத்தலாம்.

நெருப்பில் சுட்ட வெங்காயத்தை சாப்பிட்டு வர **இருமல்** கபக்கட்டு முதலியன நீங்கும்.

பல் கூச்சம் இருந்தால் புதினா இலையை நிழலில் காய வைத்து தூள் உப்பு சேர்த்து பல் துலக்கினால் ஒரிரு நாளில் குணமாகும்.

படிகாரத்தை குளிக்கும் நீரில் கலந்து குளித்தாலும் **வியர்வை** நாற்றம் மட்டுப்படும்.

நெற்றியில் குங்குமம் வைத்துப் புண்ணாகி உள்ள இடத்தில் வில்வமரத்துக் கட்டையுடன் சந்தனமும் சேர்த்து இழைத்துத் தடவி வந்தால், **புண்** குணமாகி விடும்.

நீர்ச்சுருக்கு வெயில் காலத்தில் முக்கியமாக பெண்களுக்கு **நீர்க்கடுப்பு** ஏற்படுகிறது. இதற்கு காரணம் வெயில் காலத்தில் அதிகமாகத் தண்ணீர் குடிக்காமல் இருந்தால் நீர்ச்சுருக்கு ஏற்படும்.

தாராளமாகத் தண்ணீர் குடிக்க வேண்டும். பார்லி அரிசி ஒரு கைப்பிடி எடுத்து 8 தம்ளர் தண்ணீரில் கொதிக்க வைத்து ஆறிய பிறகு குடிப்பது நல்லது. இளநீரில் வெந்தயப் பொடி கலந்து குடிக்கலாம்.

இரவில் மூக்கடைப்புக்கு மின் விசிறியின் நேர் கீழே படுக்க வேண்டாம். சற்று உயரமான தலையணை பயன்படுத்தவும். மல்லாந்து படுக்கும் போது மூக்கடைப்பு அதிகமாகும். பக்கவாட்டில் படுக்கவும். காலையில் பல் தேய்க்கும் போது நாக்கு வழித்து விட்டு மூன்று முறை மாறி மாறி மூக்கைச் சிந்தவும். சுவாசப் பாதையைச் சுத்தப் படுத்த நமது முன்னோர் காட்டிய வழி இது.

மலச்சிக்கலுக்கு இரவில் இரண்டு வாழைப்பழம் சாப்பிடலாம். அதிகாலையில் இலேசான சுடுநீரில் அரை டீஸ்பூன் கடுக்காய்ப் பொடி சேர்த்துக் குடித்து விட்டால் பதினைந்து நிமிடங்களில் குடல் சுத்தமாகி விடும். தண்ணீர் அதிகம் குடிக்க வேண்டும்.

கை சுளுக்கு உள்ளவர்கள் நீரில் மிளகுத் தூளும், கற்பூரத்தையும் போட்டுக் கொதிக்க வைத்து அந்தத் தண்ணீரைத் துணியில் நனைத்துச் சுளுக்கு உள்ள இடத்தின் மீது போடுங்கள். அல்லது டர்ப்பன்டைன் எண்ணெயைத் தடவினாலும் சுளுக்கு விட்டு விடும்.

வேனல் கட்டியாக இருந்தால் வலி அதிகமாக இருக்கும். அதற்குச் சிறிதளவு சுண்ணாம்பும் சிறிது தேன் அல்லது வெல்லம் குழைத்தால் சூடு பறக்க ஒரு கலவையாக வரும் அதை அந்தக் கட்டியின் மீது போட்டு ஒரு வெற்றிலையை அதன் மீது ஒட்டி விடவும்.

ஒரு டம்ளர் அளவு பட்டாணியை தண்ணீரில் வேகவைத்து குளிர்ந்ததும் தக்காளி சாறு சேர்த்துத் தினமும் சாப்பிட்டு வர **உடல் வலுவலுப்பு** பெறும்.

கர்ப்பிணிப் பெண்கள் அடிக்கடி இளநீர், தர்ப்பூசனி பழம் ஆகியவை சாப்பிட்டால் குழந்தை வெளுப்பாகப் பிறக்கும். அழகாகவும் இருக்கும்.

கடுக்காயை வாயில் ஒதுக்கி வைத்தால் வாய்ப்புண் மிளகுபொடி, சுக்குப்பொடி, தண்ணீர் போட்டு கஷாயமாக்கி பாலும், வெல்லமும் சேர்த்து பருகினால் **உடம்பு வலி** தீரும்.

சுத்தமான வெள்ளாட்டுப் பாலில் ஒரு கரண்டி இஞ்சிச் சாற்றை கலந்து கொடுத்தால் குழந்தைகளுக்கு **சளித்தொல்லை** இருக்காது.

முள்ளங்கிக் கிழங்கின் சாறோடு மருதாணி வேரை இடித்து சேகரித்த சாற்றையும் சேர்த்து துளிகளாக காதில் விட்டுவர, குணம் தெரியும்.

வாழை மரத்துக் கிழங்கை இடித்து எடுத்து சாற்றை சற்று சூடாக்கி துளிகளாக காதில்விட்டால் **காது வலிக்கு** நல்ல பலனைத் தரும்.

தும்பைப்பூ, சுக்கு, காயம் இவற்றை எடுத்து நைத்து கடுகு எண்ணெயில் போட்டு காய்ச்சி காதில் சில துளிகள் விட்டால் குணமாகும்.

மாதுளம் பழத்தின் ரசத்தை சூடாக்கி இளம் சூடாக இருக்கும்போது சில துளிகள் **காதில்விட வலி குறையும்.**

சுக்கு, மிளகு, திப்பிலி, லவங்கப்பட்டை, சதகுப்பை, காயம், அதிவிடயம் ஆகிய சரக்குகளை சமஅளவு எடுத்து அரைத்து சிறிதளவு நல்லெண்ணெயையும் காடியையும் அதனுடன்

சேர்த்து காய்ச்சி, அந்த எண்ணெயை காதில் சில துளிகள் விட்டு வந்தால் **காது இரைச்சல்** அகலும்.

தேவதாரு, கோஷ்டம், சிற்றாமல்லி, முன்னை, பேராமல்லி முதலியவற்றை தனித்தனியாக இடித்து நல்லெண்ணெய் விட்டுக் காய்ச்சி, ஆறவைத்து ஒவ்வொரு தைலத்திலும் ஒவ்வொரு துளி கலந்து காதிலே விட்டு பஞ்சடைத்து வந்தால், காதில் ஏற்படும் வலியுடன் ஒழுக்கு இருந்தால் குணமாகும்.

ரோஜாமொக்கு, சுக்கு, ஏலக்காய், கொத்துமல்லி வகைக்கு 5 கிராம் எடுத்து இளவறுப்பாக வறுத்து அம்மியில் வைத்து பெரும் பருக்கையாக உடைத்து வைத்துக்கொண்டு காலை, மாலை சாப்பிட்டு வந்தால் **தேக உஷ்ணம்** சமப்படும்.

நிம்மதியான உறக்கத்தைப் பெற ஒரு தேக்கரண்டி கசகசாவை எடுத்து இரண்டு முந்திரி பருப்பு சேர்த்து அரைத்து பசும்பாலில் கலந்து காய்ச்சி சிறிது கற்கண்டும் சேர்த்து பருகினால் நிம்மதியான உறக்கத்தைப் பெறலாம்.

சூட்டினால் ஏற்படும் வலியாக இருந்தால் தொப்புளைச்சுற்றி ஒரு ஸ்பூன் விளக்கெண்ணெய் அல்லது நல்லெண்ணெய் தடவி தொப்புளுக்குள்ளும் விடலாம்.

வயிற்று எரிச்சல் சுக்குத்தூளை கரும்புச் சாற்றுடன் கலந்து சாப்பிட, **வயிற்று எரிச்சல்** தீரும்.

தொண்டைக்கட்டு ஜலதோஷத்தினால் தொண்டை கட்டிக் கொண்டால் மிளகைப் பொடி செய்து, ஒரு ஸ்பூன் நெய்யை சூடு செய்து அதில மிளகுப் பொடியை சேர்த்துக் குடித்தால் தொண்டைக் கட்டு விலகும்.

வெள்ளரிக்காய் விதையை அரைத்து அத்துடன் ஐந்து பங்கு நீர் சேர்த்து கரைத்து வடிகட்டி சர்க்கரை சேர்த்துக் கொடுக்க நீரடைப்பு, **நீர் எரிச்சல்** ஆகியவை போகும். பசி கொடுக்கும் ஆற்றலும் வெள்ளரிக் காய்க்கு உண்டு.

பெருங்காயத்தை நீரில் கரைத்து ஒரு சங்களவு எடுத்து சிறிது ஓமத்தையும் சேர்த்துக் கொடுக்க குழந்தைகளுக்கு உண்டாகும் மாந்தம், **வயிற்றுப் பொருமல்** போகும்.

மிளகையும் எருக்கம்பூவையும் சம எடை எடுத்து நன்றாக அரைத்து பனை வெல்லம் கூட்டி சிறு குளுகை செய்து சாப்பிட்டால் **இழுப்பு** நோய் குணமாகும்

சீரகத்துடன் மிளகைச் சேர்த்துச் சாப்பிட அஜீரணம் போகும். சீரகத்தை அரைத்து எலுமிச்சை சாற்றுடன் கலந்துகொடுக்க கர்ப்பிணிகளின் வாந்தி நிற்கும். சுண்ணாம்பில் ஊற வைத்த, பொடித்த சீரகம், வயிற்று ஜீரண நீரைச் சீர்படுத்தி **அல்சர்** நோயைக் கட்டுப்படுத்தும்.

வெங்காயத்தை உப்புடன் கூட்டிச் சாப்பிட வயிற்று வலி நீங்கும். வெங்காயத்துடன் சிறிது ஓமத்தைச் சேர்த்து வேக வைத்து குடிநீர் செய்து குடிக்க **நீர்த்தாரை** சம்பந்தப்பட்ட கோளாறுகள் நீங்கும்.

மஞ்சள் நீரை அருந்த **காமாலை** கட்டுப்படும். மஞ்சள் நீரில் ஒரு சிறிய வெள்ளைத் துணியை நனைத்து நிழலில் உலர்த்தி வைத்துக்கொண்டு கண் நோய் உள்ளவர்கள் கண்களை துடைத்துக் கொண்டால் கண் சிவப்பு, கண் அருகல், கண்வலி, கண்ணில் நீர் கோர்த்தல் ஆகியவை தணியும். சிறந்த கிருமிக் கொல்லி, மணத்திற்காகவும் நிறத்திற்காகவும் உணவில் சேர்க்கப்படுகிறது.

ஏலக்காய் ஏல விதையை பனை வெல்லத்துடன் சேர்த்து இடித்துச் சாப்பிட்டால் வாயில் நீர் ஊறுதல், தாகம், வியர்வையுடன் கூடிய தலைவலி, மிகுந்த வறட்சி, கபம் முதலியன கட்டுப்படும். ஏலக்காய் எண்ணெய்யை தலைவலி மருந்துடன் சேர்த்து **சுளுக்கு, அடிபட்ட-வீக்கம்** முதலானவற்றின் மீது தேய்க்க வலி நீங்கும்.

இலவங்கத்தை நீர் விட்டு அரைத்து நெற்றியிலும், மூக்கின் மீதும் இட்டால் தலை பாரம் குணமாகும். இதை அனலில் வதக்கி வாயில் இட்டு சுவைத்தால் தொண்டைப் புண் ஆறும். பற்களின் ஈறு கெட்டிப்படும். தேனில் இழைத்துச் சாப்பிட்டால் உடல் வெப்பத்தைத் தடுக்கும். **புண்ணில் சீழ்** பிடிப்பதையும் கை, கால் நடுக்கத்தையும் இலவங்க எண்ணெய் தீர்க்கும்.

சோம்பு (பெருஞ்சீரகம்)பை லேசாக வறுத்து பொடித்து இரண்டு கிராம் அளவில் எடுத்து சர்க்கரை சேர்த்து தினம் இரண்டு வேளை சாப்பிட வயிற்று வலி, வயிற்று உப்புசம், செரி-யாமை, இரைப்பு முதலியன நீங்கும். இதன் சூரணம் வியர்வையை உண்டாக்கி **சிறு நீரை அதிகப்படுத்தும்.**

அரிசி அல்லது ஜவ்வரிசிக் கஞ்சியுடன் வெந்தயத்தைச் சேர்த்து காய்ச்சிக் கொடுக்க தாய்ப்பால் நன்றாகச் சுரக்கும். வெந்தயத்தை ஊர வைத்து தலையில் தேய்த்துக் குளித்தால் **தலை முடி நன்றாக வளரும்.**

வெந்தயக் கீரை அஜீரணக் கோளாறை நீக்கும். தினமும் இரவில் ஒரு கைப்பிடி வெந்-தயத்தை ஊற வைத்து காலையில் வெறும் வயிற்றில் சாப்பிட்டு வர **ரத்தத்தில் சர்க்கரையின் அளவு** கட்டுப்பாட்டுக்குள் வரும்.

வயிறு இதமாக புழுங்கலரிசி நொய்க்கஞ்சியுடன் வெந்தயம் கால் ஸ்பூன் சேர்த்து, மோருடன் கலந்து காலையில் 2 கப் குடித்தால் வயிறு இதமாகும்.

பன்னீரில் ஏலக்காய், தேன் கலந்து குடிப்பது **மூளைக்குப் புத்துணர்ச்சி** தரும்.

வெள்ளரிப் பிஞ்சு, இளநீர், மோர், நீராகாரம், லெமன், ஜூஸ் ஆகியவை **சிறுநீரகத்தை குளுமைப்படுத்தும்.**

பெருங்காயம் கசப்பும், காரமும் கலந்த சுவை கொண்டது பெருங்காயம். வாதத்தையும், கபத்தையும் இது கட்டுக்குள் வைக்கும். அதிகமாகச் சாப்பிட்டால் பித்தம் கூடும். சுவை சேர்க்க மட்டுமின்றி, **உணவு செரிக்கவும்** இது உதவும்.

ஒரு டேபிள் ஸ்பூன் ஓமத்தை மிக்ஸியில் போட்டு நைஸாகப் பொடியுங்கள். பிறகு அதனுடன் ஒரு டேபிள் ஸ்பூன் வெல்லத்தைச் சேர்த்து அரையுங்கள் (வெல்லத்தின் நீர்ப் பசையே இதற்குப் போதும். தண்ணீர் சேர்க்க தேவையில்லை) இந்த பேஸ்ட்டை கரப்பான், சிரங்கு ஆகியவற்றால் வந்த தழும்புகள் மீது பூசி, பத்து நிமிடங்கள் ஊற வைத்துத் குளித்-தால் **தழும்புகள் மறையும்.**

சிறுநீர் எரிச்சல் நீங்க ஜீரகத்தையும், கற்கண்டையும் சுவைத்துச் சாப்பிடுதல் நல்ல பயன் தரும்.

அஜீரணத்தால் ஏற்படும் வயிற்று வலிக்கு 50 கிராம் ஓமத்தை ஒரு சட்டியில் வறுத்து அதை முறத்தில் கொட்டித் தேய்க்க உமி நீங்கிச் சுத்தமாகும். அதைப் புடைத்து அம்மியில் வைத்து அத்துடன் அதே அளவு பனை வெல்லத்தையும் சேர்த்து அரைத்து அதில் சிறித-ளவு காலை மாலை இரு வேளை வீதம் சாப்பிட்டு வெந்நீர் அருந்திவர வயிறு குணமாகும். உப்புசமும் நீங்கும்.

முருங்கை இலையை உப்புச் சேர்த்து லேசாக நசுக்கி கசக்கிப் பிழிந்து வரும் சாற்றில் இரண்டு ஸ்பூன் சாப்பிட உடனே **வயிற்றுவலி** நீங்கும்.

வெந்தயத்தை ஓர் இரவு ஊற வைத்து மறுநாள் காலையில் எடுத்து தயிரில் சேர்த்துச் சாப்பிட **வயிற்றுவலி** குணமாகும்.

சுக்கு, மிளகு, திப்பிலி வகைக்கு 10 கிராம், பனை வெல்லம் 5 கிராம் இவற்றில் சுக்-கைத் தோல் நீக்கிவிட்டு பின் மற்ற சரக்குகளையும் தூளாக்கி அத்துடன் பனை வெல்லத்-தையும் சேர்த்து அரைத்துக் காலையில் சிறிதளவு உள்ளுக்கு அருந்தி வர **அஜீரண சம்பந்த வயிற்றுவலி குணமாகும்.**

குழந்தை வயிற்று வலியால் துடித்தால் வசம்பு சுட்ட சாம்பலுடன் சிறிது தேன் சேர்த்துக் குழைத்து நாக்கில் தடவி விடுவதோடு, வசம்பு சுட்டகரியைச் சிறிது நீர்விட்டு குழைத்து வயிற்றில் கனமான பற்று போட்டுவந்தால் குணமாகும்.

வயிற்றுக் கடுப்பு அதிகமாக இருக்குமானால் தொட்டால் சிணுங்கி செடியின் இலையை அரைத்து சுண்டைக்காயளவு தயிரில் கலந்து சாப்பிட குணமாகும்.

சிறிது பெருங்காயத்தை பொரித்து நீர் மோரில் சேர்த்து அத்துடன் கறி மஞ்சள் தூளில் ஒரு சிட்டிகை போட்டு கலக்கி ஒரு நாளைக்கு மூன்று வேளை அருந்தினால் வாயு சம்பந்த **வயிற்றுவலி** நீங்கும்.

இஞ்சிச்சாறுடன் 1 டீஸ்பூன் எலுமிச்சை சாறு கலந்து, கல் உப்பைப் பொடித்துச் சேர்த்துக் குடித்தால், **செரிமானக்** கோளாறு சட்டென சரியாகும்.

கால் ஆணி சரியாக ஒரு எளிய வைத்தியம்:

தக்காளியை இரண்டாக வெட்டி, அதன் சதைப் பகுதியை ஆணியின் மேல் வைத்து, மீதி அரை தக்காளியால் அதை மூடி, ஒரு துணியால் கட்டிக் கொண்டு தூங்கவும். கூடவே ஓமத்தை பொடி செய்து, சம அளவு சர்க்கரை சேர்த்து, 1 டீஸ்பூன் அளவு இரவில் சாப்பி-டவும். 1 வாரம் இரண்டையும் செய்து வர, கால் ஆணி குணமாகும்.

மணத்தக்காளி வாய் புண்ணுக்கு நல்லது எனத் தெரியும். மணத்தக்காளிக் கீரையை காரமில்லாமல் பச்சைப் பருப்புடன் சேர்த்து சமைத்தோ, கீரையை லேசாக வதக்கி, வதக்கிய மிளகாய், தேங்காய், உப்பு சேர்த்து அரைத்து தயிரில் கலந்தோ சாப்பிட, நீண்ட நாள் இரு-மலால் உண்டான **தொண்டைப் புண்ணும், ரணமும்** ஆறும்.

இஞ்சியைக் கழுவி, தோல் நீக்கி சின்னத் துண்டுகளாக வெட்டவும். சுத்தமான தேனில் அதை நான்கைந்து நாட்கள் ஊற வைக்கவும். தினம் இதில் ஒரு துண்டு சாப்பிட்டு வர, சருமச் சுருக்கங்கள் நீங்கி, **இளமை ஊஞ்சலாடும்.**

முட்டைக்கோஸை மிக்சியில் போட்டு, தண்ணீர் விடாமல் பொடியாகும்படி சுற்றவும். அத்துடன் கொஞ்சம் உப்பும் மிளகுத்தூளும் கலந்து, கொஞ்சம், கொஞ்சமாகச் சாப்பிட, எப்படிப்பட்ட **கபமும்** காணாமல் போகும். முட்டைக்கோஸ் வேக வைத்த தண்ணீரை வெது-வெதுப்பாகக் குடிப்பதும் பலன் தரும்.

திடீரென காது வலிக்கிறதா? பூண்டை உரித்து, ஒரு மெல்லிய துணியில் சுற்றி, வலிக்கிற காதுக்குள் 1 மணி நேரம் வைத்திருக்கவும். 2-3 நாட்களுக்கு அப்படிச் செய்தால், காது வலி சரியாகும். சீழ் வடிவதும் நிற்கும்.

Printed in the USA
CPSIA information can be obtained
at www.ICGtesting.com
CBHW031814121024
15733CB00014B/77

9 798887 047249